NGUYÊN LÝ DUYÊN KHỞI

NGUYÊN LÝ DUYÊN KHỞI

Việt dịch và chú giải: NGUYỄN MINH TIẾN

ĐỨC ĐẠT-LAI LẠT-MA XIV

Việt dịch và chú giải: NGUYỄN MINH TIẾN

NGUYÊN LÝ DUYÊN KHỞI

**Bài giảng về 12 nhân duyên
và cách vận dụng vào sự tu tập
theo Phật giáo Tây Tạng**

NGUYÊN TÁC
DEPENDENT ARISING

NHÀ XUẤT BẢN LIÊN PHẬT HỘI

Dẫn nhập

Đối với người tu tập thì việc có được một động cơ đúng đắn và tốt đẹp là rất quan trọng. Tại sao [hôm nay] chúng ta [đến đây để] cùng nhau thảo luận về những vấn đề này? Chắc chắn không phải vì tiền bạc, không phải vì danh vọng hay vì sinh kế trong cuộc sống này. Có rất nhiều những sự việc khác mang đến cho ta nhiều tiền bạc hơn, nhiều danh vọng hơn và nhiều điều thú vị hơn. Như vậy, lý do chính yếu mà quý vị cũng như tôi cùng đến đây hôm nay, bất chấp những khó khăn về bất đồng ngôn ngữ, là tất cả mọi người đều mong muốn được hạnh phúc và không ai muốn [phải chịu đựng] khổ đau. Điều này chẳng có gì phải bàn cãi, vì ai ai cũng đồng ý như vậy. [Thế nhưng,] những phương cách [mà chúng ta dùng] để đạt được hạnh phúc và vượt qua bất ổn là khác nhau. Hơn nữa, hạnh phúc cũng có nhiều loại khác nhau, và khổ đau cũng thế. Ở đây chúng ta không chỉ nhắm đến việc làm giảm nhẹ [khổ đau] hay đạt được lợi lạc nhất thời, mà ta đang hướng đến một mục đích hay sự lợi lạc lâu dài. Là những người Phật tử, chúng ta không nhắm đến điều đó chỉ trong một kiếp sống này, mà là trong nhiều kiếp sống tiếp nối nhau, và chúng ta không tính đếm bằng tuần lễ hay năm tháng, mà là trong nhiều đời, nhiều kiếp.

Trong phạm vi vấn đề đang bàn, tiền bạc cũng có ích, nhưng có một sự giới hạn đối với những quyền lực và mọi pháp thế gian; rõ ràng là [trong pháp thế gian] cũng có những điều tốt đẹp đấy, nhưng chúng luôn có một giới hạn. Theo quan điểm Phật giáo, nếu quý vị có được phần nào phát triển trong chính tâm thức mình, điều đó sẽ được tiếp nối từ đời này sang đời khác. Bản chất của tâm thức có điểm đặc biệt là, nếu những phẩm chất tinh thần nhất định nào đó đã từng được phát triển trên một nền tảng đúng đắn, thì những phẩm chất đó sẽ luôn được duy trì; và không chỉ là được duy trì, mà chúng còn sẽ tiếp tục tăng trưởng theo thời gian. Những phẩm chất tốt đẹp của tâm thức, nếu được phát triển theo một phương cách thích hợp, thì cuối cùng sẽ tăng trưởng không giới hạn. Điều đó không chỉ mang lại hạnh phúc về lâu dài, mà còn mang đến cho quý vị một nội lực mạnh mẽ hơn ngay cả trong đời sống thường ngày. [Bây giờ,] quý vị hãy để tâm vào những điều này, với một động cơ thanh tịnh và chú ý lắng nghe, đừng để rơi vào trạng thái buồn ngủ.

Về phía [người giảng là] tôi thì động cơ chính cũng là một ý nguyện vị tha chân thành, thực sự quan tâm đến mọi người và sự an vui của họ.

Nào, [chúng ta hãy bắt đầu,] làm thế nào để phát triển những phẩm chất tinh thần? Đó [là vấn đề] sẽ đưa ta đến với thiền quán, vốn có nghĩa là chuyển hóa. Nhưng nếu không có một nỗ lực đặc biệt nào đó thì sẽ không có sự chuyển hóa, vì thế chúng ta cần phải nỗ lực. Mục đích [trước tiên] của sự thiền quán là làm cho tâm thức quen thuộc với một ý nghĩa mới nào đó. Như vậy có nghĩa là trở nên quen thuộc dần với đối tượng thiền quán. Như quý vị đã biết, thiền quán là một trong nhiều dạng thức của sự phân tích, trong đó quý vị phân tích đối tượng [đã chọn] và rồi hướng tâm chuyên nhất vào đối tượng ấy. Có hai loại thiền quán: một loại xem đối tượng của thiền quán như là đối tượng phương thức nhận hiểu của tâm thức, và loại kia xem cái được gọi là đối tượng đó thực sự chính là chủ thể, hay là cung cách, khuynh hướng nhận thức mà hành giả đang cố nuôi dưỡng trong tâm thức mình. Khi khảo sát nhiều kiểu thiền quán khác nhau, quý vị sẽ thấy có nhiều cách phân loại khác nhau.

Về nội dung thiền quán trong Phật giáo, để thuận tiện thì dường như có thể phân chia thành hai phần: tri kiến (hay quan điểm) và hành xử. Hành xử là phần chính yếu. Chính sự hành xử của riêng mỗi người là tác nhân mang lại hạnh phúc trong tương lai cho người ấy, và cũng là tác nhân mang đến hạnh phúc cho những người khác nữa. Để cho sự hành xử của một người được thanh tịnh và thành tựu thì cần thiết phải có một tri kiến, hay quan điểm đúng đắn. Sự hành xử của chúng ta nhất thiết phải được hình thành vững chãi trên nền tảng của sự hợp lý, vì thế mà một quan điểm triết học đúng đắn là cần thiết.

Những cung cách hành xử nào là chính yếu trong đạo Phật? Đó là tự chế ngự và tu dưỡng tâm thức mình theo giới hạnh, hay nói cách khác là không dùng bạo lực. Nhìn chung, các tông phái của đạo Phật được phân chia thành 2 nhóm lớn là Đại thừa và Tiểu thừa. Căn bản của Đại thừa là lòng bi mẫn vị tha, cứu giúp người khác, còn căn bản của Tiểu thừa là lòng bi mẫn không gây tổn hại đến người khác. Và như vậy, căn bản chung của tất cả giáo lý trong đạo Phật đều là lòng bi mẫn. Đức Phật, người đã truyền dạy giáo pháp này, được sinh ra từ lòng bi mẫn, và phẩm tính tốt đẹp chính yếu của một vị Phật chính là tâm đại bi. Sự chính đáng của việc ta quy y một vị Phật có lý do chủ yếu là do nơi tâm đại bi của ngài.

Cộng đồng tâm linh Tăng-già có 4 phẩm tính thuộc về giới hạnh thanh tịnh theo giáo pháp quy định. Thứ nhất là không đáp trả theo cách tương ứng nếu ai đó đến làm hại hay đánh đập mình. Thứ hai là không phản ứng bằng thái độ sân hận nếu ai đó có thái độ sân hận với mình. Thứ ba vẫn là không đáp trả khi có người thách thức mình, không phải với sân hận hay bạo lực mà chủ yếu là dùng những lời gay gắt để đả kích, xúc phạm. Thứ tư là không trả đũa nếu ai đó buộc tội và gây rắc rối cho mình. Những điều này được gọi là bốn pháp tu tập để rèn luyện giới hạnh, vốn là những phẩm hạnh đặc biệt của Tăng-già. Đây là cung cách hành xử của một vị tăng ni xuất gia. Phải chăng những cách hành xử này có thể được truy nguyên đến nền tảng xuất phát của chúng là lòng bi mẫn? Vì thế, những phẩm hạnh chính yếu của Tăng-già được khởi sinh từ lòng bi mẫn; việc người Phật tử quy y Tam bảo: Phật, Pháp và cộng đồng tâm linh Tăng-già, tất cả đều bắt nguồn từ lòng bi mẫn.

Tất cả các tôn giáo đều có sự tương đồng là những hệ thống giáo huấn hiệu quả khuyên dạy về lòng bi mẫn. Cách hành xử căn bản không dùng đến bạo lực này được bắt nguồn từ lòng bi mẫn, và là điều cần thiết cho chúng ta không chỉ trong cuộc sống hằng ngày, mà còn để giải quyết cả những bất ổn toàn cầu giữa các quốc gia trên toàn thế giới.

NGUYÊN LÝ DUYÊN KHỞI

Nhìn chung, dường như ta có thể nói rằng, mặc dù có nhiều cách diễn giải [khác nhau] về nguyên lý duyên khởi, nhưng đây vẫn là quan điểm chung của [tất cả] các hệ thống giáo lý trong đạo Phật. Trong tiếng Sanskrit,[1] thuật ngữ dùng để chỉ nguyên lý duyên khởi là *pratītya samutpāda*. Chữ *pratītya* có 3 nghĩa khác nhau: *"gặp gỡ"*, *"nương dựa vào"*, và *"phụ thuộc vào"*. Cả 3 nghĩa ấy đều có phần hàm nghĩa chung gần gần như là *"sự phụ thuộc"*. Chữ *samutpāda* có nghĩa là *"sinh khởi"*. Như vậy, ý nghĩa [của nguyên cụm từ này] là *"sinh khởi phụ thuộc vào các điều kiện"*. Khi sự *sinh khởi phụ thuộc vào các yếu tố* được giải thích ở cấp độ vi tế thì sự nhận hiểu về nó cũng liên quan đến việc nhận hiểu về sự tồn tại dựa vào tự tính sẵn có. Để có thể suy nghiệm về việc một sự vật nào đó là trống không bởi nó là một sự sinh khởi phụ thuộc, thì ta buộc phải hiểu được về "sự vật" đó, tức là về cái đối tượng mà ta đang suy ngẫm. Như vậy, điều cần thiết là phải xác định được đối tượng, nghĩa là phải xác định được các pháp, vốn [là nhân tố] tạo ra sự vui thích hay đau đớn, hoặc gây hại hay giúp ích v.v...

Để hiểu được rằng một pháp là trống không bởi nó là một sự sinh khởi phụ thuộc, bởi nó được gán ghép tên gọi một cách phụ thuộc, thì trước đó ta nhất thiết

---

[1] Có 2 loại Phạn ngữ được dùng trong kinh điển, tiếng Sanskrit (Bắc Phạn) và tiếng Pali (Nam Phạn).

phải thấu hiểu rõ ràng về sự hiện hành của nhân quả. Nếu trước tiên ta chưa hiểu được việc những nhân tố nhất định [có thể] giúp ích hoặc gây hại [cho ta] theo những cách nhất định như thế nào, thì sẽ cực kỳ khó khăn để [có thể] hiểu được bất kỳ điều gì về việc một hiện tượng không hề có sự tồn tại dựa vào tự tính bởi nó là một sự sinh khởi phụ thuộc. Vì thế mà đức Phật, Đấng Chiến Thắng Tối Thượng, đã thuyết giảng về sự hiện hành của duyên khởi trong mối quan hệ với nhân quả nghiệp lực giữa tiến trình đời sống và sự lưu chuyển luân hồi, thông qua đó để dẫn đến một tri kiến vĩ đại về tự thân tiến trình nhân quả. Từ đó mà có một cách trình bày về tiến trình duyên khởi được gọi là 12 mắt xích nhân duyên.

Cấp độ thứ hai của [ý nghĩa] duyên khởi là sự sinh khởi của các pháp phụ thuộc vào những phần hợp thành chính nó. Điều này hàm nghĩa là, không một pháp nào mà không được hợp thành từ những phần của chính nó, nên tất cả các pháp, [mỗi pháp] đều hiện hữu trong sự phụ thuộc vào việc gán ghép tên gọi chung, hay sự định danh, cho [tất cả] những phần đã hợp thành pháp ấy.

Còn một cấp độ thứ ba của [ý nghĩa] duyên khởi, thậm chí sâu xa hơn nữa, được phát sinh từ một thực tế là, khi truy tìm nền tảng căn bản nhất của các đối tượng để định danh, thì một nền tảng căn bản để định danh như thế không thể tìm thấy, và do đó mà các pháp chỉ sinh khởi trong ý nghĩa được gán ghép định danh một cách phụ thuộc.

Cấp độ đầu tiên của [ý nghĩa] duyên khởi là sự sinh khởi của các pháp phụ thuộc vào *nhân duyên*, vì thế ý nghĩa này chỉ đúng với các pháp hữu vi, nghĩa là do tạo tác mà thành. Hai cấp độ [ý nghĩa] còn lại áp dụng cho tất cả các pháp *thường* và *vô thường, tạo tác* và *phi tạo tác.*

Đức Phật đã thuyết giảng về duyên khởi từ một tầm nhìn rất bao quát, được ghi lại chi tiết trong kinh Đạo can. Ngài dạy: *"Do cái này có nên cái kia có; do cái này sinh nên cái kia sinh. Như vậy có nghĩa là: do nhân duyên là vô minh nên có hành; do nhân duyên là hành nên có thức..."* Và cứ như vậy mà có 12 nhân duyên.[1]

---

[1] Tên đầy đủ của kinh này trong Đại Chánh tạng là Phật thuyết Đại thừa Đạo can kinh (佛說大乘稻稈經), được xếp vào quyển 16, kinh số 712, từ trang 823b đến trang 826a, đã mất tên người dịch sang Hán ngữ. Đoạn trích dẫn này so sánh với bản chữ Hán hoàn toàn tương đồng về ý nghĩa, câu chữ. Bản Hán văn ghi: "此有故彼有,此生故彼生 。所謂無明緣行,行緣識..." (*Thử hữu cố bỉ hữu; thử sanh cố bỉ sanh. Sở vị vô minh duyên hành, hành duyên thức...* - Do cái này có nên cái kia có, do cái này sinh nên cái kia sinh. Như vậy có nghĩa là: Do nhân duyên là vô minh nên có hành; do nhân duyên là hành nên có thức...) Tuy nhiên, theo bản kinh chữ Hán thì đoạn này không phải lời đức Phật nói ra, mà là lời Bồ Tát Di-lặc giảng giải để đáp lại sự thưa hỏi của ngài Xá-lợi-phất. Trước đó, đức Phật chỉ nói: "Này các tỳ-kheo, nếu thấy được nhân duyên, đó là người thấy pháp; nếu thấy được pháp, tức có khả năng thấy Phật." Phật dạy như thế rồi im lặng. (諸比丘,若見因緣,彼即見法,若見於法,即能見佛 。作是語已,默然無言 。 - Chư tỳ-kheo, nhược kiến nhân duyên, bỉ tức kiến pháp; nhược kiến ư pháp, tức năng kiến Phật. Tác thị ngữ dĩ, mặc nhiên vô ngôn.) Nhân đó ngài Xá-lợi-phất mới đem ý nghĩa này thưa hỏi ngài Di-lặc.

Khi đức Phật dạy: *"Do cái này có nên cái kia có"*, ngài chỉ rõ rằng tất cả các pháp trong luân hồi không sinh khởi do năng lực kiểm soát của một thượng đế vĩnh hằng là người dùng ý nghĩ để sáng tạo cái này hay cái kia; thay vì vậy, tất cả các pháp sinh khởi là do những điều kiện nhân duyên cụ thể. Và khi đức Phật dạy: *"Do cái này sinh nên cái kia sinh"*, ngài chỉ rõ rằng các pháp vốn sinh khởi từ những nhân duyên vốn tự chúng là vô thường, vốn không phải sinh khởi từ một "nguyên lý phổ quát" hay "tự nhiên", hay một loại nhân tố vật chất thường hằng (prakriti),[1] theo như đề xuất trong hệ phái Số luận (Samkhya). Và theo một cách biểu đạt thứ ba nữa, ngài dạy rằng: *"Do một duyên thế này hoặc thế kia mà một tiềm năng [tương ứng] được khởi sinh."* Câu này chỉ ra rằng, mỗi một pháp trong các pháp thế gian không phải được tạo tác từ bất kỳ các nhân duyên vô thường nào, mà chỉ được tạo tác từ những nhân duyên cụ thể vốn sẵn có tiềm năng có thể làm khởi sinh pháp ấy.[2]

---

[1] Phạn ngữ prakriti có nghĩa là "tự nhiên", nguyên trước đây theo sự lý giải của đạo Hindu thì nó là "bản chất tri giác tự nhiên" mà vũ trụ này nhờ vào đó để tồn tại và vận hành. Phái Số luận (Samkhya) thì xem đây là một trong hai thành tố của toàn bộ vũ trụ. Thành tố thứ nhất là puruṣa (hay linh hồn, phần vô hình) là tự ngã, sự tri giác thuần túy, tự nhiên hiện hữu, không sinh ra từ bất kỳ yếu tố nào khác; thành tố thứ hai là prakriti (phần hữu hình), là nhân tố cấu thành toàn bộ vũ trụ vật chất.

[2] Chẳng hạn, cây cam không thể được sinh ra từ bất kỳ hạt giống nào, mà chỉ được sinh ra từ hạt cam, vốn sẵn có tiềm năng sinh ra cây cam. Như vậy, để có thể sinh ra cây cam thì duyên khởi

Như vậy, trong ý nghĩa duyên khởi của khổ đau, về cách thức mà khổ đau được tạo thành, đức Phật chỉ rõ rằng: khổ đau có nguyên nhân căn bản là *vô minh*, hay si mê. Đây là một nguyên nhân không thường tồn và là một nguyên nhân cụ thể. Vô minh như thế sẽ dẫn đến hành động [cụ thể] *(hành)*, và hành động ấy để lại trong tâm thức những chủng tử mang tiềm năng sinh khởi [các pháp tương ứng] v.v... mà kết quả cuối cùng là dẫn đến già và chết *(lão tử)*.

Bàn về 12 chi của duyên khởi, về căn bản có 2 cách giảng giải khác nhau, một là trong ý nghĩa các pháp chìm đắm hoàn toàn trong phiền não *(hữu lậu)*, và hai là trong ý nghĩa các pháp thanh tịnh *(vô lậu)*.

Cũng giống như trong thuyết giảng căn bản của đức Phật là Tứ diệu đế, có 2 nhóm nhân quả: nhóm nhân quả hữu lậu và nhóm nhân quả vô lậu. Tương tự, ở đây với 12 chi của duyên khởi, trong mỗi cách giảng giải đều có một tiến trình quả và một tiến trình nhân. Xét theo Tứ diệu đế thì Khổ đế (chân lý thứ nhất) là quả trong phạm trù các pháp hữu lậu, và nhân là chân lý thứ hai, Tập đế. Trong phạm trù các pháp vô lậu thì Diệt đế (chân lý thứ ba) là quả, và Đạo đế là nhân đưa đến quả ấy.

Khi giải thích rằng do duyên là *vô minh* sinh ra *hành*, thì đây là tiến trình sinh khởi của khổ đau; khi giải thích rằng do dứt trừ *vô minh* mà *hành* được chấm dứt, thì đây là tiến trình chấm dứt khổ đau.

---

cụ thể phải là hạt cam, vì "tiềm năng tương ứng" ở đây chỉ sẵn có trong hạt cam.

Mỗi một [mắt xích trong 12] nhân duyên này đều được giải thích theo cả tiến trình đi tới (sinh khởi) và tiến trình quay ngược lại (diệt đi). Khi giải thích rằng do *hành* sinh ra *thức*, do *thức* sinh ra *danh sắc*, do duyên là *danh sắc* sinh ra *lục xứ*... cứ tiếp tục như thế cho đến *già và chết (lão tử)*, thì đó là cách giải thích các nguyên nhân vốn là nguồn gốc của khổ đau.

Khi giải thích theo tiến trình quay ngược lại, rằng nỗi khổ *già và chết* mà tất cả chúng ta đều biết, vốn được hình thành trong sự phụ thuộc vào *sinh*, *sinh* được hình thành trong sự phụ thuộc vào sự chấm dứt mức độ hiện hành của chủng tử nghiệp, được gọi là *hữu* v.v... thì sự nhấn mạnh ở đây được đặt vào chính tự thân nỗi khổ đau *(Khổ đế)*, vốn là kết quả của các nhân mà ta vừa thấy được [trước đó].

Khi giải thích rằng nếu ta chấm dứt được *vô minh* thì *hành* sẽ chấm dứt, và nếu *hành* dứt mất thì *thức* cũng chấm dứt, cứ tiếp tục như thế qua hết 12 mắt xích nhân duyên, thì đây là sự giải thích thuộc về phạm trù các pháp thanh tịnh, với sự nhấn mạnh vào các *nhân*, tức là con đường tu tập *(Đạo đế)*.

Khi giải thích theo [tiến trình] ngược lại, với sự chấm dứt của *già và chết* phụ thuộc vào sự chấm dứt của *sinh*, và sự chấm dứt của *sinh* phụ thuộc vào sự chấm dứt mức độ hiện hành của chủng tử nghiệp, được gọi là *hữu* v.v... rồi sự chấm dứt của *[hữu]* này lại phụ thuộc vào sự chấm dứt của *[chấp] thủ*, thì sự nhấn mạnh ở đây được đặt vào các *quả*, mà trong ý nghĩa của Tứ diệu đế thì đó là tịch diệt *(Diệt đế)*.

Tranh vẽ bánh xe luân hồi

Trong tranh vẽ bánh xe luân hồi này có 6 phần, các phần phía trên miêu tả cõi trời, cõi a-tu-la và cõi người, các phần phía dưới miêu tả những cảnh giới xấu trong luân hồi.[1] Những cảnh giới này tượng trưng cho các mức độ khổ đau. Do những nhân duyên nào mà khởi sinh các cảnh giới như vậy? Vòng tròn bên trong nói lên [điều này,] rằng các mức độ khổ đau [trong những cảnh giới] đó đều do nghiệp, tức là các hành vi [của chúng sinh] tạo ra. Vòng tròn này có hai phần, nửa bên trái miêu tả các thiện nghiệp và bất động nghiệp,[2] nửa

---

[1] Ở đây chỉ đến 3 cảnh giới: địa ngục, ngạ quỷ và súc sinh.

[2] Bất động nghiệp (不動業), cũng gọi là bất động hành (不動行) (Anh ngữ: unfluctuating action, Phạn ngữ: aninjya, Tạng ngữ: mi g.yo ba'i las), được giải thích là hành nghiệp được tạo ra do sự tu tập thiền định đạt đến tâm an định bất động (Tạng ngữ: *zhi gnas*), và dẫn đến kết quả tái sinh vào các cõi trời Sắc giới và Vô sắc giới. (Dẫn theo sách Atisha's lamp for the path to enlightenment của ngài Sonam Rinchen, Snow Lion Publications, ISBN: 9781-55939-082-8, trang 196.) Trong sách "How Karma Works: The Twelve Links of Dependent Arising: an Oral Teaching" của ngài Geshe Sonam Rinchen (Snow Lion Publications, 1933, ISBN: 978-1-55939-254-9), ở trang 65 cũng có đoạn giải thích về thuật ngữ này như sau: "Unfluctuating action refers to practices of deep concentration that give rise to rebirth in the upper realms of celestial beings in deep states of absorption. This kind of action can only be created if we have accomplished a calmly abiding mind." (Bất động nghiệp dùng để chỉ cho các pháp tu tập thiền định thâm sâu dẫn đến việc tái sinh vào các cảnh giới trên của

bên phải là các bất thiện nghiệp sẽ dẫn đến [tái sinh vào] các cảnh giới xấu. Ở đây, ta thấy những người [thuộc nửa vòng tròn] bên trái quay mặt hướng lên trên và những người thuộc nửa bên phải thì quay mặt hướng xuống dưới.

Nguồn gốc của khổ đau là nghiệp, vốn khởi sinh từ những phiền não của tham dục, sân hận và si mê, được biểu thị bằng vòng tròn ở trong cùng. Hình vẽ con lợn biểu thị tham dục, con rắn biểu thị vô minh hay si mê, và con gà trống biểu thị tham dục. Trong một tranh vẽ khác chính xác hơn, hình ảnh gà và rắn được vẽ chui ra từ miệng lợn và miệng chúng ngậm vào đuôi lợn.[1] Vẽ như thế để biểu thị rằng, tham dục và sân hận có nguồn gốc từ vô minh (si mê), nhưng chi tiết chúng ngậm vào đuôi lợn biểu thị rằng các yếu tố này hoạt động để thúc đẩy và hỗ trợ lẫn nhau.

Như vậy, tranh vẽ này cho thấy rằng ba loại cảm xúc phiền não của tham dục, sân hận và si mê làm khởi lên các nghiệp thiện ác, và các nghiệp này làm sinh khởi những mức độ khổ đau khác nhau trong luân hồi. Vậy thì, sự khởi sinh những khổ đau như thế diễn ra theo trình tự nhân-quả như thế nào? Điều này được chỉ rõ bởi vòng tròn ngoài cùng, biểu thị 12 mắt xích duyên khởi. Sinh thể hung nộ bên ngoài đồ

---

chư thiên có định lực thâm sâu. Loại nghiệp này chỉ có thể được tạo ra khi chúng ta đạt đến một tâm thức an định, không xao động.)

[1] Trong hình bìa sách The Meaning of Life, chúng tôi quan sát thấy ba con vật này được vẽ ngậm đuôi lẫn nhau làm thành một vòng tròn.

hình không biểu thị một đấng sáng tạo [vũ trụ], mà là biểu tượng của vô thường. Biểu tượng này lẽ ra không thực sự phải có các món trang sức như vậy. Có lần, khi nhờ người thực hiện một bức thangka loại này, tôi đã yêu cầu vẽ biểu tượng ấy như một bộ xương, bởi nó là biểu tượng của vô thường. Hình mặt trăng biểu thị sự giải thoát. Đức Phật trong hình chỉ tay về phía mặt trăng, biểu thị rằng chúng ta nên phát khởi con đường tu tập hướng đến giải thoát.

Lịch sử bức tranh này bắt nguồn từ câu chuyện có vị vua ở vùng xa xôi mang đến tặng cho vua nước Ma-kiệt-đà một món châu báu quý giá. Nhà vua thấy mình không có gì tương đương để tặng lại, liền thưa hỏi đức Phật xem nên tặng lại món gì. Đức Phật dạy nhà vua nên tặng lại bức tranh vẽ 12 mắt xích duyên khởi này, với 5 phần[1] tượng trưng cho khổ đau. Nghe nói rằng, khi vị vua ở vùng xa xôi kia nhận được bức tranh vẽ và nghiên cứu nó, nhờ đó ông ta đã đạt được giác ngộ.

---

[1] Ở đầu đoạn này nói bức tranh có 6 phần, đó là chỉ 6 phần tượng trưng cho 6 cảnh giới: cõi trời, cõi a-tu-la, cõi người, địa ngục, ngạ quỷ và súc sanh. Ở đây nói có 5 phần là sự phân chia theo một phiên bản khác hơn, trong đó cõi trời và cõi a-tu-la được gộp chung thành 1 phần.

Mười hai nhân duyên

Mười hai nhân duyên được biểu thị bằng 12 hình vẽ ở vòng tròn ngoài cùng. Hình vẽ thứ nhất nằm trên cùng là một cụ già mù chống gậy, biểu thị vô minh hay si mê.[1] Vô minh (avidyā - 無明) chính là sự che chướng [không cho ta thấy được] phương thức hiện hữu đúng thật của các pháp. Trong các trường phái triết học Phật giáo có 4 học phái chính, và trong đó có nhiều chi phái khác nhau, vì thế có nhiều cách diễn giải về vô minh. Nói chung, [trong tâm thức] quả thật có một yếu tố hoàn toàn không nhận biết về cách thức sự vật thực sự hiện hữu như thế nào, một yếu tố của sự che chướng hoàn toàn. Ở đây, yếu tố đó được mô tả như là một ý thức sai lầm, nhận hiểu trái ngược với cách thức mà sự vật thực sự hiện hữu. Trong kinh điển mô tả về 19 loại vô minh khác nhau, vốn là những tà kiến đa dạng liên quan đến một sự khởi đầu, hay một sự kết thúc - tức là những cực đoan. Tuy nhiên, những cảm xúc phiền não mà chúng ta đang cố trừ bỏ được xếp vào 2 loại: phiền não sẵn có ngay từ khi sinh ra (hay *câu sinh khởi phiền não*) và phiền não do [chính ta] hiện nay tự tạo (hay *phân biệt khởi phiền não*).[2]

---

[1] Vì 12 hình vẽ được xếp xoay quanh vòng tròn theo ý nghĩa tiếp nối nhau, nên chúng tôi cũng đã gặp những dị bản đồ hình xếp hình biểu tượng của vô minh ở phía dưới hoặc bên cạnh, không nhất thiết luôn ở trên cùng.

[2] Hai loại phiền não được nói đến ở đây là câu sinh khởi phiền não (俱生起煩惱) và phân biệt khởi phiền não (分別起煩惱). Câu sinh

Phân biệt khởi phiền não là phiền não có nguyên nhân từ những quan điểm triết học, hệ thống giáo điều hay những lời dạy [sai lầm]... do tâm thức vừa mới quy gán hay tạo thành từ khái niệm phức tạp [ngay trong đời sống này]. Những phiền não ấy không phải mọi chúng sinh đều có, và không thể là những phiền não căn bản nhất [vẫn còn lại] sau khi chúng sinh hữu tình thân hoại mạng chung. Như ngài Long Thụ có nói trong *Thất thập Không tính luận:*[1] "Đức Phật dạy rằng, tâm thức nhận hiểu về sự vật - vốn sinh khởi phụ thuộc vào nhân duyên - như là hiện hữu một cách chân thật và rốt ráo, đó là vô minh; từ vô minh mà có 12 chi phần của duyên khởi." Đây là tâm thức nhận hiểu sai lầm, cho rằng các pháp hiện khởi do năng lực tự thân của chúng, không có sự phụ thuộc.

---

khởi phiền não là những phiền não do sự huân tập từ vô thủy đến nay mà có, nên con người khi sinh ra đã sẵn mang theo nó, chẳng hạn như tham dục, sân hận, si mê, kiêu mạn... Phân biệt khởi phiền não là những phiền não do học theo các tà sư, tà thuyết, tà kiến... dẫn đến nhận thức phân biệt sai lầm mà khởi sinh. Chúng tôi chọn dùng 2 tên gọi tương ứng này ở đây là vì chúng đã được sử dụng quen thuộc trong rất nhiều kinh luận.

[1] Thất thập Không tính luận (七十空性論 - ūnyatā-saptati), tác phẩm luận giải của ngài Long Thụ (Nagarjuna), được trích dẫn trong Thập nhị môn luận, phần Quán nhân duyên môn, do ngài Cưu-ma-la-thập dịch sang Hán ngữ, nhưng toàn văn bản luận hiện chỉ còn bản dịch Tạng ngữ, không có bản Hán ngữ và Phạn bản cũng không còn. Tuy gọi là "thất thập" nhưng thật ra luận này có 73 bài kệ tụng, trong đó bài đầu tiên nêu tổng luận vấn đề và 2 bài cuối có nội dung khuyến tu không được tính vào, nên con số 70 là chỉ từ bài kệ tụng số 2 đến số 71.

Nhìn từ góc độ các loại đối tượng khác nhau của tâm thức vô minh này, có những khái niệm về sự hiện hữu theo tự tính sẵn có của các pháp và của con người, được gọi là *pháp chấp* và *ngã chấp*.[1] Lại có 2 loại *ngã chấp*, một là nhận biết về một *người khác* nào đó và cho rằng người ấy hiện hữu dựa vào tự tính sẵn có *(tha ngã chấp)*, hai là nhận biết về con người của chính mình, tự xưng đó là "tôi", và cho rằng cái "tôi" của mình tự nó hiện hữu theo tự tính sẵn có *(tự ngã chấp)*. Loại ngã chấp thứ hai được gọi là *thân kiến*,[2] là một [trong 5] kiến chấp sai lầm.

Theo quan điểm của ngài Long Thụ, quan niệm

---

[1] Cả hai quan điểm sai lầm này được gọi là nhị chấp (二執), trong đó pháp chấp (法執) là cho rằng các pháp quả thật hiện hữu dựa vào tự tính sẵn có của chúng, và ngã chấp (我執) là cho rằng con người quả thật hiện hữu dựa vào tự tính sẵn có.

[2] Thân kiến: là một trong ngũ kiến (五見), tức 5 kiến chấp sai lầm, bao gồm: (1) thân kiến (**satkāyadṛṣṭi** - 身見), chấp rằng thật có thân này là "ta" (tức ngã kiến) cùng với những vật sở hữu "của ta" (tức ngã sở kiến), nhưng không biết rằng thân này chỉ là sự giả hợp tạm bợ của 5 uẩn (a transitory collection of the 5 aggregates), do duyên hợp mà thành, cũng do duyên mà không ngừng biến hoại; (2) biên kiến (**antagrāhadṛṣṭi** - 邊見), chấp vào những điều cực đoan, thái quá, không đúng thật, chẳng hạn như chấp có, chấp không, chấp thường, chấp đoạn v.v... (3) tà kiến (**mithyadṛṣṭi** - 邪見), chấp vào những quan điểm tà vạy, sai lầm, không đúng thật, chẳng hạn như bác bỏ nhân quả, không chấp nhận lý duyên khởi v.v... (4) kiến thủ kiến (**dṛṣṭiparāmarśa** - 見取見), chấp vào học thuyết, triết lý kém cỏi sai lầm, nhưng lấy đó làm nền tảng căn bản lập luận, dẫn đến không nhận hiểu đúng về mọi sự vật, (5) giới cấm thủ kiến (**śilavrataparāmarśa** - 戒禁取見),\ chấp vào những cấm giới phi lý, không chính đáng của ngoại đạo, lấy đó làm căn bản, dẫn đến hành xử sai lầm, đi vào ác đạo.

cho rằng tự ngã tồn tại dựa vào tự tánh sẵn có vốn sinh khởi trong sự phụ thuộc vào quan niệm cho rằng những nền tảng - vốn là cơ sở cho sự định danh của tự thân con người và thân, tâm... của chính người đó - là tồn tại dựa vào tự tánh sẵn có. Như vậy, cả hai đều là những quan niệm về sự tồn tại dựa vào tự tánh sẵn có. Quan niệm cho rằng các pháp, thân, tâm... là tồn tại dựa vào tự tính sẵn có, có tác dụng như một nguyên nhân của sự nhận thức cho rằng con người - vốn được định danh trong sự phụ thuộc vào các pháp, thân, tâm... - là tồn tại dựa vào tự tính sẵn có.

Một kiểu *ngã chấp* khác nữa là quan niệm cho rằng bản ngã vốn tự nó có đủ điều kiện, hoặc về căn bản là [sẵn có đủ các điều kiện] để tồn tại.

Nếu xem xét những tham dục và sân hận của chính mình, ta sẽ thấy chúng được khởi sinh trên nền tảng cơ bản là quan niệm về tự ngã, về "cái tôi". Do quan niệm cho rằng tự ngã của mình là chắc thật, là thật có, chúng ta mới phát triển một ý niệm về những gì của riêng ta và những gì thuộc về người khác, phân vạch thành đôi bên, rồi dựa vào đó mà tham dục và sân hận mới sinh khởi. Đây chẳng phải là cách thức sự việc diễn ra đó sao?

Quả thật có một "cái tôi" được thừa nhận trong phạm trù chân lý quy ước (Tục đế), đó là một *tự ngã*, một con người đứng ra thực hiện các hành vi, tích lũy nghiệp, và cũng là người lãnh thọ các kết quả [của nghiệp], chắc chắn có một "cái tôi" như thế. Tuy nhiên, khi cảm nhận về "cái tôi" đó quá mạnh mẽ đến mức gây ra bất ổn, thì lúc đó [trong ta] đã hình thành ý niệm về một "cái tôi" [do tâm thức] tự tạo ra, vốn là một sự phóng đại vượt xa những gì thực sự đang hiện hữu. Khi đó đã nảy sinh một thức nhận biết về kiểu "cái tôi" [do tâm thức] tự tạo ra này. Và khi "cái tôi" loại này xuất hiện trong tâm thức, nó không hề xuất hiện chỉ đơn thuần như được định danh trong sự phụ thuộc vào các uẩn hợp thành thân tâm, phải không? Vậy phải chăng là nó sẽ xuất hiện hoàn toàn như thể tự nó có một thực thể của riêng mình?

Nếu "cái tôi" loại này quả thật hiện hữu đúng như vẻ ngoài của nó, thì khi được khảo xét với lý luận Trung Quán (Madhyamika) nó phải hiện ra ngày càng rõ rệt hơn. Tuy nhiên, thực tế là khi quý vị dùng lý luận Trung Quán để truy tìm "cái tôi" loại này thì không thể tìm thấy; nhưng nó vẫn hiện ra trong tâm thức ta như thể một cái gì thật cụ thể, có thể chỉ ra được; một cái gì rất rõ rệt, dễ xác định. Như vậy là có sự mâu thuẫn giữa việc "cái tôi" ấy hiện ra như một cái gì thật cụ thể, nhưng khi phân tích [bằng lý luận] thì lại không thể tìm thấy được. Mâu thuẫn này chỉ ra một sự trái ngược giữa cách thức mà "cái tôi" ấy hiện ra [trong tâm thức] với cách thức mà nó thực sự tồn tại. Điều này cũng tương tự như sự khác biệt mà các nhà vật lý học nhận biết được giữa những gì hiện ra [trước mắt người quan sát] với những gì thực sự hiện hữu [trong thực tại].

Ngay trong kinh nghiệm của chính mình, chúng ta có thể nhận biết những mức độ khác nhau của tham dục. Chẳng hạn, khi quý vị bước vào một cửa hàng, nhìn thấy và ham muốn một món đồ nào đó, đó là một [trong các] dạng thức tham dục. Rồi sau khi quý vị mua món đồ ấy và cảm thấy *"nó là của tôi"*, *"dù gì nó cũng là của tôi"*, thì ở đây đã có những mức độ khác nhau của sự trình hiện và nhận hiểu. Ở mức độ đầu tiên, trước khi quý vị khởi sinh sự ham muốn [món đồ], chỉ có sự trình hiện đơn thuần, sự nhận biết đơn thuần về đối tượng [là món đồ ấy]. Ở mức độ thứ hai, khi quý vị cảm thấy *"ồ, món hàng này tốt thật"*, thì đã có một sự nhận hiểu, nắm bắt khác hơn về đối tượng. Rồi sau khi quý vị mua món hàng và xem nó là sở hữu của riêng mình, lại có một mức độ thứ ba của sự nhận hiểu, nắm bắt đối tượng.

Ở mức độ đầu tiên, khi đối tượng chỉ đơn thuần trình hiện, quả thật là nó có vẻ như tự nó tồn tại, có vẻ như tồn tại dựa vào tự tính sẵn có. Tuy nhiên, tâm thức [của quý vị lúc đó] không có sự liên kết mạnh mẽ với sự nhận hiểu đối tượng như là tự nó tồn tại, hay tồn tại dựa vào tự tính sẵn có. Nhưng ở mức độ thứ hai, [thức] vô minh - vốn nhận biết và nắm hiểu về đối tượng như là tự nó tồn tại - bắt đầu sinh khởi, (đây là mức độ mà quý vị sinh khởi sự ham muốn đối tượng), quý vị quả thật đã có một khái niệm về sự tồn tại dựa vào tự tính sẵn có của đối tượng và bám chấp vào nó như thể là nó đang tự tồn tại. Có một mức độ tham dục vi tế có thể đồng thời hiện hữu khi thức [vô minh] này nhận hiểu về đối tượng ấy như là tồn tại dựa vào tự tính sẵn có. Nhưng khi tham dục vi tế này trở nên mạnh mẽ hơn, khái niệm về sự tồn tại dựa vào tự tính sẵn có chỉ còn tác động thuần túy như là nguyên nhân [đã] làm khởi sinh nó, và không có sự kết hợp hay đồng thời hiện hữu với tâm tham dục [mạnh mẽ] đó nữa.

Trong kinh nghiệm của chính mình, điều quan trọng là chúng ta phải nhận biết được rằng, ở mức độ đầu tiên có sự trình hiện của đối tượng như là tồn tại dựa vào tự tính sẵn có. Ở mức độ thứ hai, có một thức [vô minh] đồng thuận với [nhận thức về] sự trình hiện như thế, do đó làm khởi sinh tham dục. Và ở mức độ thứ ba, khi quý vị biến đối tượng thành sở hữu của riêng mình, khái niệm về quyền sở hữu bắt đầu hiện hành, và [vào lúc này thì] như thể là đã có hai dòng tham dục rất mạnh mẽ kết hợp lại với nhau. Thứ nhất là sự bám chấp vào đối tượng như là tự nó sẵn có tính chất đáng để tham muốn, thứ hai là ý niệm mạnh mẽ cho rằng nó là sở hữu của riêng ta. Khi cả hai điều này kết hợp lại cùng nhau, tâm tham dục của quý vị sẽ cực kỳ mạnh mẽ. Nếu quý vị suy xét kỹ, chẳng phải đây là cách thức [mà tâm tham dục đã] diễn tiến [trong tâm thức] đó sao?

Và cách thức diễn tiến này cũng không khác đối với tâm sân hận: có một mức độ đầu tiên vốn là đúng thật trên bình diện chân lý quy ước (Tục đế). Chẳng hạn, [khi ta] chỉ nhìn một đối tượng nào đó và nhận biết rằng nó xấu. Nhưng khi cảm nhận ấy gia tăng đến mức suy nghĩ: *"ồ, cái này quả thật xấu quá"* thì điều đó tạo ra sự không ưa thích, ghét bỏ, và đây là mức độ thứ hai. Ở mức độ thứ ba, nếu đối tượng gây hại cho ta, thì sự căm ghét có thể phát triển cực kỳ mạnh mẽ. Sự căm ghét [phát sinh] ở 2 mức độ [thứ hai và thứ ba] như thế.

Như vậy, đối với cả tham dục và sân hận thì vô minh, tức là ý niệm về sự tồn tại dựa vào tự tính, có tác dụng như một sự hỗ trợ. Vì thế, kẻ gây ra mọi bất ổn chính là con lợn [trong hình vẽ trên, biểu thị cho vô minh]. Sự che chướng của vô minh là cội nguồn của các cảm xúc phiền não khác. Thức vô minh này bị che chướng không nhận biết được phương thức hiện hữu [thực sự] của các pháp. Để biểu thị điều này, con người được vẽ trong tranh là người mù. Vô minh không dựa trên bất kỳ nền tảng nhận thức hợp lý nào, nó không vững chắc.

Yếu tố thứ hai được gọi là *hành* (saṃskāra - 行), hay *hành uẩn* (行蘊),[1] vì các hành vi có công năng tích tập hay kết hợp lại với nhau, chúng mang lại sự khoái lạc và đau đớn. Yếu tố này được biểu thị bằng [hình vẽ] một người thợ làm đồ gốm.

Và người thợ gốm là người dùng đất sét để tạo

---

[1] Hành (行) - Phạn ngữ là **saṃskāra**, có từ căn kṛ mang nghĩa tác (作), bao hàm cả 2 nghĩa là năng tác (能作) và sở tác (所作), vì thế mang ý nghĩa chính là hành vi, tạo tác. Hành uẩn (行蘊) - Phạn ngữ là **saṃskāra-skanda**, là một trong 5 uẩn cấu thành thân tâm chúng sinh (sắc uẩn, thọ uẩn, tưởng uẩn, hành uẩn và thức uẩn). Chữ uẩn (蘊) có nghĩa là tích chứa, nhóm họp lại, trước đây được dịch là ấm (陰), không chính xác, nhưng vì quen thuộc trong nhiều kinh điển Cựu dịch nên đến nay đôi khi vẫn còn thấy dùng.

thành một món đồ vật mới. Trong hình biểu trưng này, người thợ gốm xoay cái bàn quay chỉ một lần và nó tiếp tục quay theo nhu cầu mà không cần thêm một lực nào khác. Cũng vậy, khi một hành vi đã được chúng sinh hữu tình thực hiện thì nó tạo ra một chủng tử tiềm tàng hay một khuynh hướng [tạo quả] trong tâm thức, hoặc nói theo phái Trung Quán Cụ Duyên là nó đi vào *trạng thái dứt mất*.[1] Dù trong trường hợp nào đi chăng nữa, thì [cái được tạo ra đó] luôn có khuynh hướng tiếp tục tiến triển không ngăn ngại để cuối cùng tạo thành một kết quả [tương ứng với nó]. Trong suốt thời gian đó, không cần thiết phải có thêm bất kỳ điều kiện gì để chủng tử ấy được duy trì. Và nếu chủng tử ấy không gặp được điều kiện thích hợp để hiện hành, nó sẽ tiếp tục tiềm tàng [trong tâm thức].

Nhìn vào nghiệp quả khác nhau của các loại hành vi tạo nghiệp khác nhau, chẳng hạn như sự tái sinh trong các cõi Dục giới, Sắc giới và Vô sắc giới, ta thấy có [hai loại nghiệp] là *thiện nghiệp* và *bất thiện nghiệp*. Trong số các thiện nghiệp lại có các

---

[1] Trạng thái dứt mất (state of destructedness): trạng thái ngay sau khi một hành vi đã hoàn toàn chấm dứt, cũng được dịch là trạng thái chấm dứt của hành vi (cessation of action) hay trạng thái đi vào quá khứ tính (state of pastness). Xem trong sách Cutting Through Appearances: The Practice and Theory of Tibetan Buddhism (Geshe Lhundup Sopa và Jeffrey Hopkins, Snow Lion Publications, trang 234 - ISBN: 0-937938-81-5). Những cách diễn đạt khác nhau như thế đều có một nội hàm chung là mô tả hành vi đã chấm dứt, không còn hiện hành trong hiện tại.

phước nghiệp và *bất động nghiệp.*[1] Xét về cửa ngõ giao tiếp [giữa chủ thể và môi trường], hay những phương cách mà thông qua đó các hành vi tạo nghiệp [của chủ thể] được thực hiện, thì có [3 loại nghiệp là] *thân nghiệp, khẩu nghiệp* và *ý nghiệp.* Xét về bản chất của tự thân hành vi thì có [2 loại nghiệp là] *tư nghiệp* và *tư dĩ nghiệp.*[2] Xét về yếu tố hành vi đó có

---

[1] Phước nghiệp và bất động nghiệp (meritorious and unfluctuating actions): cả 2 loại này đều được xem là thiện nghiệp (virtuous actions), vì đều có kết quả tái sinh vào những cảnh giới tốt đẹp, trái với các bất thiện nghiệp (non-virtuous actions) sẽ tái sinh vào các cảnh giới xấu ác. Phước nghiệp (meritorious actions) là các thiện nghiệp dẫn đến sự tái sinh thuận lợi và được thụ hưởng các điều kiện sống tốt đẹp, còn bất động nghiệp (unfluctuating actions) là kết quả sự tu tập thiền định thâm sâu, sẽ đưa đến việc tái sinh vào các cõi trời Sắc giới hoặc Vô sắc giới. Trong một số kinh luận thì các nghiệp này được phân làm 3 loại riêng biệt: bất động nghiệp, thiện nghiệp và bất thiện nghiệp.

[2] Tư nghiệp (思業, Phạn: cetana-karman, Tây Tạng: sems pa'i las, Anh: intention actions): nghiệp tạo ra bởi ý tưởng, suy nghĩ, thôi thúc có thể làm động lực khiến cho ta thực hiện một hành vi nào đó, tức thuộc về ý nghiệp (意業, Phạn: manokarmam, Tây Tạng: yid kyilas). Tư dĩ nghiệp (思已業, Phạn: cetayitva-karman, Tây Tạng: bsam pa'i las, Anh: intended actions): là nghiệp tạo ra do ý tưởng thúc đẩy hành vi đã thực sự sinh khởi, được thực hiện qua hành động (thân nghiệp: 身業, Phạn: kayakarmam, Tây Tạng: lus kyi las) hay lời nói (khẩu nghiệp: 語業, Phạn: vakkarmam, Tây tạng: ngag kyilas). Theo đức Đạt-lai Lạt-ma XIV thì hiện có 2 cách hiểu khác nhau về sự phân loại này. Cách hiểu thứ nhất cho rằng mọi hành vi tạo nghiệp đều nhất thiết phải có sự tham dự của tâm ý, do đó *tư nghiệp* được hiểu là bao trùm cả thân nghiệp, khẩu nghiệp và ý nghiệp. Cách hiểu thứ hai xem thân nghiệp và khẩu nghiệp cũng là những yếu tố cần xét đến, nên *tư dĩ nghiệp* được hiểu là có thể thuộc về một trong 3 nghiệp: thân nghiệp, khẩu nghiệp hoặc ý nghiệp. (Xem The meaning of life: Buddhist

chắc chắn phải nhận lãnh quả báo hay không thì có [2 loại nghiệp là] định nghiệp và *bất định nghiệp*.[1]

Trong số các định nghiệp lại có những nghiệp chắc chắn phải thọ lãnh quả báo ngay trong đời sống này *(hiện báo)* và có những nghiệp chắc chắn phải thọ lãnh quả báo trong một đời khác *(sinh báo hoặc hậu báo)*.[2]

Lại có những nghiệp đưa đến việc tái sinh, chẳng hạn như làm người, tức là nghiệp hiện khởi thành điều kiện chung cho một kiếp sống trong thân người *(dẫn nghiệp)*,[3] và có những loại nghiệp khác bổ sung đầy đủ [các chi tiết] vào toàn cảnh đó, gọi là *mãn nghiệp*.[4] *Mãn nghiệp* này tạo ra [các điều kiện chi

---

perspectives on cause and effect - Tenzin Gyatso, the Fourteenth Dalai Lama ; translated and edited by Jeffrey Hopkins, Wisdom Publications, ISBN: 978-0-861-71951-8, trang 50)

[1] Định nghiệp (viniścita-karma - 定業): nghiệp đã tạo ra và việc thọ lãnh quả báo là chắc chắn, xác định được. Bất định nghiệp (aniyata-karma - 不定業): nghiệp tuy đã tạo ra nhưng tùy theo duyên mà thọ lãnh quả báo, không thể xác định chắc chắn thời gian thọ báo...

[2] Định nghiệp dẫn đến chắc chắn phải thọ báo ngay trong đời này gọi là hiện báo (現報). Định nghiệp dẫn đến chắc chắn phải thọ quả báo trong một đời sau gọi là sinh báo (生報), nếu cách một đời hoặc nhiều đời sau nữa mới thọ báo thì gọi là hậu báo (後報).

[3] Đây gọi là tổng báo (總報), tức là quả báo mang tính chất chi phối chung trong cả một kiếp sống. Tổng báo quyết định việc tái sinh cõi trời, làm người hay súc vật v.v... Nghiệp đưa đến tổng báo này gọi là dẫn nghiệp (引業).

[4] Mãn nghiệp (滿業): là nghiệp tạo ra các điều kiện sống cụ thể, chi tiết của mỗi chúng sinh, như hình dạng, sức khỏe, gia cảnh v.v... Những điều kiện do mãn nghiệp tạo ra gọi là biệt báo (別報).

tiết như] hình thể tốt đẹp hay xấu xí v.v... Lấy ví dụ như có một người sinh ra chịu nhiều bệnh tật: *dẫn nghiệp* của người ấy là một thiện nghiệp, vì đã được sinh ra làm người. Nhưng *mãn nghiệp* [của người ấy] đưa đến việc phải chịu đựng nhiều bệnh tật, nên đó là bất thiện nghiệp. Cũng có những trường hợp mà *dẫn nghiệp* là bất thiện nhưng *mãn nghiệp* là thiện. Và có những trường hợp khác thì cả *dẫn nghiệp* và *mãn nghiệp* đều là thiện, hoặc đều là bất thiện.

Ngoài ra còn có cách phân chia nghiệp theo các hành vi: (1) hành vi đã thực hiện hoàn tất và tạo thành nghiệp theo tác ý, (2) hành vi chưa thực hiện hoàn tất nhưng đã tạo thành nghiệp theo tác ý, và (3) hành vi chưa thực hiện hoàn tất cũng chưa tạo thành nghiệp theo tác ý.[1]

Có những hành vi mà ý tưởng là hiền thiện nhưng cách thực hiện lại không hiền thiện; có những hành vi mà ý tưởng không hiền thiện nhưng cách thực hiện lại có vẻ như hiền thiện; có những hành vi mà cả ý tưởng cũng như cách thực hiện đều là bất thiện, và có những hành vi mà cả ý tưởng cũng

---

[1] Đoạn văn tương ứng của bài giảng này được tìm thấy trong sách The Meaning of Life (trang 24) có khác biệt với bản văn này: Another division of actions distinguishes those done deliberately, those deliberated but not done, those done but not deliberately, and those neither deliberated nor done. (Có một cách khác, phân chia các hành vi thành: (1) các hành vi có tác ý đã thực hiện hoàn tất, (2) các hành vi có tác ý nhưng chưa thực hiện hoàn tất, (3) các hành vi được thực hiện hoàn tất nhưng không có tác ý, (4) và các hành vi không có tác ý cũng chưa được thực hiện hoàn tất.) Cách liệt kê và phân chia này có vẻ như đầy đủ hơn.

như việc thực hiện đều là hiền thiện. Có những hành vi hay nghiệp dẫn đến quả báo chung cho một số chúng sinh *(cộng nghiệp)*, và có những hành vi khác dẫn đến quả báo cá biệt cho riêng một cá nhân *(biệt nghiệp)*.

Nếu có người hỏi, một hành vi tích lũy thành nghiệp như thế nào? Nếu có một động cơ tốt đẹp, những lời nói tử tế, một hành vi hiền hòa nào đó được thực hiện, [những điều đó] sẽ tích lũy thiện nghiệp. Kết quả tức thời của một hành vi như thế là tạo ra một bầu không khí an lành. Trong khi đó, sự sân hận, những lời thô ác và những hành vi cùng loại như thế sẽ ngay lập tức tạo ra một bầu không khí khó chịu.

Trước hết là *vô minh* sinh khởi, và nó tạo ra chi phần tiếp theo là *hành*, [hay các hành vi]. Tiếp theo đó, tự thân hành vi sẽ chấm dứt. Vào lúc này, sự tiếp nối của *thức* sẽ hiện hành. Hành vi [trước đó] đã để lại một chủng tử, hay khuynh hướng [có tiềm năng hiện hành thành nghiệp quả], trong dòng tâm thức, và thức ấy tiếp tục [trôi chảy trong dòng thời gian] mang theo chủng tử đã được tạo ra đó cho đến thời điểm nghiệp ấy hiện hành thành quả. Đó chính là chi phần thứ 3 [trong 12 mắt xích duyên khởi], gọi là *thức*. Như vậy, hành vi trong giây phút hiện tại này tạo ra những kết quả tức thì, và đồng thời nó cũng sẽ tồn tại trong tâm thức như một tiềm năng [lâu dài] mà cuối cùng sẽ mang lại những kinh nghiệm hạnh phúc, khoái lạc hoặc là bất hạnh, đau đớn. Đó là cách thức mà nghiệp được tạo ra và mang lại quả báo.

Hình ảnh một con khỉ được dùng để biểu thị chi phần thứ ba [trong 12 chi phần của duyên khởi], tức là *thức*. Trong đạo Phật, có những giải thích khác nhau về số lượng các thức. Có một hệ phái xác định rằng chỉ có một thức, một số hệ phái xác định có 6 thức, một hệ phái khác xác định có 8 thức, và có một hệ phái xác định có 9 thức. Hầu hết các hệ phái Phật giáo xác định có 6 thức. Trong bức tranh chính, hình ảnh con khỉ có vẻ như đang nhảy ra từ ngôi nhà.[1] Hình vẽ này có mối liên hệ nhất định với sự xác quyết của một hệ phái [trong Phật giáo] rằng chỉ có một thức duy nhất. Thức duy nhất đó, khi hiện hành ở mắt thì có vẻ như là nhãn thức, khi nhận hiểu nơi tai thì đó là nhĩ thức v.v... nhưng thực sự chỉ có một thức duy nhất. Dù sao đi nữa, khỉ là một loài vật rất tinh khôn và hiếu động [nên thật thích hợp khi dùng để biểu thị ý thức].

Vấn đề ở đây là, giữa hành vi tạo tác và quả báo của nó có một quãng thời gian khá lâu. Tuy nhiên, tất cả các tông phái trong đạo Phật đều xác quyết là nghiệp [đã tạo] không bao giờ [vô cớ] mất đi. Vậy thì, giữa nhân và quả phải có một cái gì đó để kết nối chúng lại. Và về "cái gì đó", có nhiều xác quyết khác nhau đã được đưa ra. Tuy nhiên, [quả thật là] có một cá nhân hiện hữu từ thời điểm thực hiện hành vi

---

[1] Một bức vẽ khác thể hiện con khỉ đang ở trên cây, chuyền từ cành này sang cành khác.

[tạo nghiệp], trải qua thời gian cho đến lúc nghiệp ấy hiện hành thành quả. Theo phái Trung quán Cụ duyên thì cá nhân được định danh một cách phụ thuộc đó chính là nền tảng căn bản để một hành vi tạo tác [có thể] gieo cấy khuynh hướng [có tiềm năng hiện hành thành nghiệp quả] hay chủng tử nghiệp. Khi một hệ thống [lập luận] không thể đưa ra được nền tảng căn bản cho việc gieo cấy khuynh hướng [có tiềm năng hiện hành thành nghiệp quả], chẳng hạn như là [khái niệm] "cá nhân được định danh một cách phụ thuộc" của phái Trung quán Cụ duyên, thì họ buộc phải tìm kiếm một nền tảng hiện hữu độc lập làm căn bản cho việc gieo cấy các chủng tử [mang tiềm năng hiện hành thành nghiệp quả]. Trường phái Duy thức đưa ra [thuyết về] a-lại-da thức (ālayavijñāna -阿賴耶識), hay thức nền tảng của tất cả [các thức], như là nền tảng căn bản cho việc gieo cấy các khuynh hướng [có tiềm năng hiện hành thành nghiệp quả]. Theo phái Trung quán Cụ duyên thì nền tảng thường hằng hay tương tục làm căn bản cho việc gieo cấy các khuynh hướng [có tiềm năng hiện hành thành nghiệp quả] chính là tự ngã đơn thuần, cái tôi đơn thuần, hay cá nhân đơn thuần.[1] Nền tảng tạm thời làm căn bản cho việc gieo cấy các khuynh hướng [có tiềm năng hiện hành thành nghiệp quả] chính là ý thức.

---

[1] Những cách diễn đạt tự ngã đơn thuần (the mere self), cái tôi đơn thuần (the mere I), cá nhân đơn thuần (the mere person) đều hàm ý chỉ đến cái tự ngã, cái tôi hay cá nhân thuần túy, hoàn toàn chưa có sự gán ghép khái niệm và định danh được áp đặt bởi tâm thức người quan sát.

Bây giờ, có một hành vi xảy ra. Hành vi được thực hiện hoàn tất. Ngay sau đó là một trạng thái dứt mất hay dừng lại của hành vi ấy và ngay lúc đó có sự gieo cấy một khuynh hướng [có tiềm năng hiện hành thành nghiệp quả] của hành vi ấy vào một thức. Từ thời điểm đó cho đến ngay trước thời điểm nhập thai vào một đời sống mới [tiếp theo], thức ấy được gọi là thức của giai đoạn *nhân*, hay *nhân thức* (因識). *Tổng báo* được tạo ra bởi nghiệp tích lũy trong một chu kỳ của *hành uẩn* chịu ảnh hưởng bởi *vô minh* là sự sinh ra [trong đời sống tiếp theo]. Thức hiện hành vào đúng thời điểm kết nối với đời sống tiếp theo đó được gọi là thức của giai đoạn thọ quả, hay *quả thức* (果識). Thức này tồn tại từ thời điểm đó cho đến thời điểm hiện hành của chi phần tiếp theo, tức là *danh sắc*, và đó là một quãng thời gian cực kỳ ngắn ngủi.

Chi phần thứ tư là *danh sắc* (nāma-rūpa - 名色). Ở đây *danh* (nāma - 名) chỉ cho 4 uẩn là *thọ uẩn* (vedanā-skandha - 受蘊), *tưởng uẩn* (saṃjñā-skandha - 想蘊), *hành uẩn* (saṃskāra-skandha - 行蘊), *thức uẩn* (vijñāna-skandha - 識蘊), và *sắc* (rūpa - 色) chỉ cho *sắc uẩn* (rūpa-skandha - 色蘊). *Danh sắc* được miêu tả bằng [hình vẽ] những người đang chèo thuyền. Trong những bức tranh khác, *danh sắc* cũng còn được miêu tả bằng những cây xà gỗ chống đỡ lẫn nhau, như được mô tả trong kinh điển. Điều này có liên quan đến trường phái Duy thức vốn cho rằng có một ý thức, một a-lại-da thức hay là căn bản [của tất cả các] thức [và một mạt-na thức], tạo thành kết nối như 3 cây xà gỗ, như cái kiềng 3 chân chống đỡ cho nhau. Con thuyền biểu thị cho *sắc* và những người trong thuyền biểu thị cho các uẩn thuộc về *danh*.

Trong ý nghĩa của 12 duyên khởi thì *danh sắc* tồn tại bao lâu? Nó tồn tại [từ lúc *quả thức* (果識) chấm dứt và kéo dài] trong thời gian mà bào thai chưa bắt đầu phát triển 5 hay 6 giác quan, trong lúc bào thai còn ở dạng "giống như dịch nhầy" và "có những núm nhỏ" v.v... cho thấy những giai đoạn phát triển của bào thai.

Chi phần thứ năm là *lục xứ* (salāyatana - 六處) hay *lục nhập* (六入), được miêu tả bằng [hình vẽ] một ngôi nhà trống, bởi vì đây là những *nội xứ* (內處) của thức - mắt, tai, mũi, lưỡi và thân xúc chạm - và cho dù các *căn* (giác quan) đang phát triển, nhưng vào thời điểm này chúng vẫn chưa hoạt động. Quãng thời gian [từ lúc này] cho đến khi có sự tiếp xúc - giữa đối tượng *(lục trần), căn* và *thức* - được gọi là các *nhập*.

Tiếp theo là *xúc*, chi phần thứ sáu của 12 duyên khởi. *Xúc* hiện hành khi *trần* (đối tượng), *căn* (giác quan) và *thức* tiếp xúc cùng nhau. Một thức nhận biết (hay *niệm*) sẽ được khởi lên khi có đủ sự hiện hữu của (1) một đối tượng, (2) một giác quan [tương ứng] và (3) một thức (niệm) vừa khởi sinh ngay trước đó có thể làm điều kiện tiên khởi tức thời.[1] Xúc là yếu

---

[1] Điều kiện tiên khởi tức thời (Anh ngữ: immediately preceding condition / incessant causation, Phạn: anantaryapratyaya, Tây Tạng: de ma thag rkyen), ngài Chân Đế dịch sang Hán ngữ là

tố phân biệt một đối tượng là *khổ, vui* hay *không khổ không vui*. Thức được sinh khởi với 3 điều kiện, hay 3 duyên. Điều kiện thứ nhất được gọi là đối tượng nhận thức, hay *sở duyên duyên*, và đây chính là nguyên nhân làm cho thức sinh khởi trong phạm vi đặc tính của đối tượng. Thứ hai là duyên tổng quát, hay *tăng thượng duyên*, và đây chính là điều kiện để cho một *thức* cụ thể chỉ nhận hiểu duy nhất đối tượng thuộc chủng loại tương ứng của nó.[1]

Việc một thức nhận biết được khởi sinh như một thực thể kinh nghiệm do một thức nhận biết khác vừa khởi sinh [và diệt đi] ngay trước nó, chính là duyên thứ ba, được gọi là đẳng vô gián duyên.[2]

Thứ đệ duyên (次第緣), ngài Huyền Trang dịch là Đẳng vô gián duyên (等無間緣). Thuật ngữ này mô tả việc một niệm trong tâm thức vừa khởi sinh trước đó, khi diệt đi làm điều kiện cho niệm tiếp theo khởi sinh. Do không có niệm trước thì cũng không thể có niệm sau, nên gọi đó là điều kiện, hay duyên; do niệm trước và niệm sau tiếp nối không gián đoạn (*vô gián*), khác nhau về thời điểm trước sau nhưng bản thể như nhau (*đẳng*), nên gọi là đẳng vô gián duyên. Lại do hai niệm không thể đồng thời sinh khởi mà phải có sự tiếp nối nhau, niệm trước làm điều kiện cho niệm sau sinh khởi, nên gọi là *thứ đệ duyên*.

[1] Chẳng hạn như mắt nhận biết hình sắc, tai nhận biết âm thanh v.v...

[2] Các khái niệm được dùng ở đây liên quan đến ý nghĩa của bốn duyên trong sự sinh khởi của tất cả các pháp. Vì thế, độc giả có thể tham khảo qua một cách đại lược như sau: (1) *nhân duyên* (因緣), Phạn ngữ: hetu-pratyaya, là duyên trực tiếp làm khởi sinh sự vật, chẳng hạn như hạt cam sinh ra cây cam, hoặc như con mắt (căn) là nhân, hình ảnh quả cam (trần) là duyên làm khởi sinh thức nhận biết về quả cam; (2) đẳng vô gián duyên (等無間緣) hay

Vì [xúc hiện hành khi] có sự gặp gỡ, tiếp xúc giữa đối tượng với sự nhận biết phân biệt về nó, nên biểu tượng được dùng trong hình vẽ là một nụ hôn [giữa hai người]. Xúc có nghĩa là gặp gỡ, tiếp xúc nhau. Thức được xem như [hiện hành] trong giai đoạn có sự tiếp xúc giữa đối tượng (*trần*), giác quan (*căn*) và *thức* với một sự nhận biết phân biệt về đối tượng như là vui (*lạc*), khổ (*khổ*) hoặc không khổ không vui (*bất khổ bất lạc*), nhưng là trước khi khởi sinh cảm thọ [về đối tượng đó].

Chi phần thứ bảy trong 12 duyên khởi là *thọ*, hay

---

thứ dệ duyên (次第緣), Phạn ngữ: samanantara-pratyaya, Tạng ngữ: de ma thag rkyen, chỉ cho điều kiện tiên khởi để một niệm thức có thể khởi sinh là niệm thức vừa khởi sinh trước đó nhất thiết phải diệt mất đi; duyên này chỉ cần thiết đối với các tâm pháp, không xuất hiện với các sắc pháp, vì tâm pháp có sự tương tục không gián đoạn nên duyên này là thiết yếu; (3) *sở duyên duyên* (所緣緣), hay *duyên duyên* (緣緣), Phạn ngữ: ālambana-pratyaya, Tạng ngữ: dmigs rkyen, là đối tượng của tâm và tâm sở khi đối tượng đó được chọn và trở thành nguyên nhân làm khởi sinh thức nhận biết trong tâm, duyên này cũng chỉ có đối với các tâm pháp; và (4) *tăng thượng duyên* (增上緣), Phạn ngữ: adhipati-pratyaya, Tạng ngữ: bdag rkyen, chỉ việc mỗi pháp đều có khả năng làm trợ duyên trực tiếp hoặc gián tiếp cho sự sinh khởi và tồn tại, tăng trưởng của tất cả các pháp khác, ngay cả trong ý nghĩa khi nó không gây ra sự cản trở cho sự khởi sinh và tồn tại, tăng trưởng của pháp khác. Như vậy, đây là một duyên bao quát hết thảy các điều kiện nào không thuộc về 3 duyên vừa kể trước. Theo Hirakawa Akira trong sách A History of Indian Buddhism (University of Hawaii Press, 1990, ISBN: 0-8248-1203-4, trang 182) thì duyên này có nội hàm tương đương với năng tác nhân (能作因 - kāraṇahetu), là một trong Lục nhân theo giáo lý của Thuyết nhất thiết hữu bộ (說一切有部).

cảm thọ, được xem là yếu tố trải nghiệm sự vui thích (*lạc thọ*), đau khổ (*khổ thọ*), hay không khổ không vui (*xả thọ*). Theo một hệ phái, giới hạn của chi phần thứ bảy này được xác định như là từ chỗ trải nghiệm những sự vui thích, đau khổ hay không khổ không vui cho đến sự trải nghiệm khoái lạc của việc giao hợp. Trong bức tranh, *thọ* được miêu tả bằng hình vẽ một người với mũi tên cắm sâu vào mắt, bởi vì mắt là nơi [nhạy cảm] đến mức độ một cảm xúc khó chịu rất nhỏ cũng sẽ nhanh chóng trở thành không sao chịu nổi. Bất kể quý vị đang trải nghiệm loại cảm thọ nào trong tâm thức, dù là vui thích hay đau đớn, thì điều đó cũng rất có ảnh hưởng: chúng ta phản ứng hết sức mạnh mẽ kèm theo sự tham muốn hay chán ghét, chúng ta không thể giữ tâm an tĩnh, cảm thọ ấy nó lôi kéo, thúc đẩy ta.

Chi phần tiếp theo là ái, hay *tham ái*. Cả hai chi phần thứ tám và thứ chín, tức *tham ái* và *chấp thủ*, đều là những dạng thức của tham dục. Sự khác biệt giữa chúng với nhau là, *tham ái* thuộc về một giai đoạn tham dục yếu ớt hơn so với *chấp thủ* là một giai đoạn tham dục mạnh mẽ. Tham ái được phân chia thành nhiều loại, chẳng hạn như ái dục là một loại tham ái luôn có mặt ở Dục giới. Lại có tâm tham sống [sợ chết], là loại tham ái đi kèm theo với cả 2 cảnh giới cao hơn là Sắc giới và Vô sắc giới. Theo một cách giảng giải thì *khát ái* là sự khao khát, mong muốn [có được hoặc kéo dài] những cảm thọ dễ chịu, thích thú, và còn có một loại tham ái thứ hai là mong muốn hủy bỏ, tức là sự mong muốn được tránh xa, không phải chịu đựng những cảm thọ đau đớn, khó chịu. Rồi lại có loại tham luyến vào thế giới trần tục hay cõi luân hồi này, được giải thích như là sự tham luyến vào các uẩn, bao gồm cả *danh* và *sắc*, [mà mỗi chúng sinh] có được thông qua một tiến trình gieo nhân gặt quả. Hình vẽ miêu tả tham ái [trong bức tranh] cho thấy một người đàn ông đang uống bia. Điều này thật dễ hiểu, phải không? Cho dù quý vị đã uống nhiều đến đâu đi chăng nữa, dù đã uống đến mức [bụng] béo phì ra, quý vị vẫn cứ tiếp tục uống, không có sự thỏa mãn. Ái là yếu tố làm tăng thêm tham dục, không có bất kỳ sự thỏa mãn nào. Giới hạn của ái là bắt đầu từ thời điểm của chi phần thứ tư, *danh sắc*, kéo dài cho đến chi phần thứ chín, *thủ* hay *chấp thủ*.

Chấp thủ được miêu tả [trong bức tranh] như (một con khỉ) đang hái trái cây. Đó chính là hành vi nắm bắt lấy đối tượng tham muốn. Có 4 loại chấp thủ khác nhau. Loại thứ nhất là chấp thủ những gì tham muốn, loại thứ hai là chấp thủ quan điểm về bản ngã [thật có], tức là *chấp ngã*. Loại thứ ba là chấp thủ theo những hệ thống giới điều, đạo đức sai lầm, xấu ác, và loại thứ tư là chấp thủ các tà kiến khác. Những loại chấp thủ này có thể được mô tả trong phạm trù những người thế tục với cuộc sống gia đình, hay trong phạm trù các vị xuất gia từ bỏ đời sống gia đình, sống độc thân nhưng có quan điểm sai lầm, tà kiến. Lấy ví dụ đối với một người đã tạm thời dứt trừ được sự tham luyến vào cõi Dục giới, có chánh kiến mong cầu tái sinh ở các cảnh giới cao hơn như Sắc giới hay Vô sắc giới, thì một loại chấp thủ nào đó lại là cần thiết [để tái sinh theo mong muốn]. Vì có loại chấp thủ này không bao gồm [trong số được kể trên], ta có thể thấy rằng 4 loại chấp thủ như trên không bao gồm tất cả các trường hợp chấp thủ có thể có, việc nêu ra 4 loại như thế chỉ để trừ bỏ các tà kiến, không nhằm loại trừ khả năng [có những loại chấp thủ] khác nữa.

Tùy thuộc vào *danh sắc, lục nhập, xúc* và *thọ* mà người ta khởi lên *tham ái*, tức là sự tham luyến đối với một đối tượng dễ chịu, thích thú hay sự mong muốn xa rời một đối tượng khó chịu, gây đau đớn. Khi loại tham ái này được khởi sinh mạnh mẽ và lặp lại nhiều lần, sự *chấp thủ* đối với đối tượng tham muốn sẽ xuất hiện, rồi *tham ái* và *chấp thủ* này lại có tác dụng kích hoạt một chủng tử nghiệp đã được tạo ra trong tâm thức bởi một hành vi [trước đó]. Trong bức tranh, hình vẽ miêu tả điều này - *hữu* - là một người đàn bà đang mang thai. Bởi vì vào thời điểm này thì nghiệp tạo ra đời sống sắp tới đã đầy đủ công năng nhưng vẫn chưa hiện hành, nên thai phụ [trong tranh] có một đứa trẻ chưa sinh trong bụng. *Hữu*, hay *hiện hữu*, là một trạng thái của nghiệp, hay một khuynh hướng [hiện hành] được thiết lập trong tâm thức [từ trước đây, nay] đã có đủ khả năng hiện hành [thành nghiệp quả].

Hữu là chi phần thứ 10 trong 12 duyên khởi, tồn tại kể từ thời điểm nghiệp có đầy đủ khả năng hiện hành cho đến khi bắt đầu đời sống mới. Quãng thời gian này chia làm 2 giai đoạn. Một giai đoạn có thể được gọi là "*thú hướng*", bởi [lúc đó] tâm thức được hướng về đời sống tiếp theo, và giai đoạn còn lại là "*thâm nhập*", hay là đang trong tiến trình thực sự đi vào [một đời sống mới]. Đây là giai đoạn nghiệp hiện hành trong trạng thái trung ấm giữa hai kiếp sống [cũ và mới].

Chi phần thứ 11 trong 12 duyên khởi là *sinh*. Trong bức tranh miêu tả chi phần này bằng hình vẽ một phụ nữ thực sự đang sinh con. Rất có thể là để biểu thị ý nghĩa rằng người phụ nữ ấy đang trong trạng thái thay đổi.

Chi phần thứ 12 của duyên khởi là già và chết (lão tử). Già có 2 ý nghĩa. Thứ nhất là sự lão hóa, phân rã trong từng giây phút, khởi đầu ngay sau khi thụ thai và tiếp tục diễn ra trong từng giây phút kể từ đó cho đến lúc kết thúc đời sống. Thứ hai là sự hư hoại hoàn toàn mà chúng ta thường nghĩ đến như là tuổi già, sự già nua. Rồi tiếp theo là sự chết. Giữa các giai đoạn này là những giọt nước mắt của đớn đau, khổ não với đủ mọi hình thức, như phải nhận lãnh những điều không mong muốn, hay không có được những gì mình muốn...[1]

---

[1] Ở đây đề cập khái quát, ngắn gọn. Nếu mô tả đầy đủ hơn thì có 8 nỗi khổ lớn là: sinh khổ (生苦), sinh ra là khổ; lão khổ (老苦), chịu đựng sự già yếu là khổ; bệnh khổ (病苦), thân tâm có bệnh là khổ; tử khổ (死苦), không tránh được cái chết là khổ; ái biệt ly khổ (愛別離苦), thương yêu phải xa lìa là khổ; oán tắng hội khổ (怨憎會苦), gặp gỡ những người mình không ưa, nhận lãnh những điều mình không thích là khổ; cầu bất đắc khổ (求不得苦), mong cầu không đạt được là khổ; và ngũ thạnh ấm khổ (五盛陰苦), năm ấm (hay năm uẩn) không điều hòa, khiến thân tâm bất an là khổ.

Đời sống chúng ta khởi đầu với nỗi khổ khi ta sinh ra. Cuối đời là cái chết, cũng là một loại khổ đau khác. Khoảng giữa là bệnh tật, tuổi già và đủ mọi điều bất hạnh. Đó là những gì mà trong Phạn ngữ (Sanskrit) gọi là *dukkha*, tức là khổ đau, Chân đế thứ nhất (Khổ đế). Đó là những gì chúng ta không hề mong muốn, là sự bất ổn mà ta muốn loại trừ. Điều quan trọng là phải khảo xét xem liệu có phương cách nào để vượt qua khổ đau đó hay không, và vì thế nên việc khảo xét những nguyên nhân của khổ đau là rất quan trọng. Theo như đã được giảng giải thì nguyên nhân của những khổ đau mà ta đang phải chịu đựng chính là *vô minh*.

Chừng nào mà vô minh, hạt giống của khổ đau, vẫn còn tồn tại, thì trong từng giây phút chúng ta đều có thể có một loại hành vi tạo tác nào đó, hoặc tạo nhân cho một lần tái sinh khác nữa. Trong mỗi một niệm tưởng có vô số những khuynh hướng [có khả năng hiện hành thành nghiệp] được tạo ra bởi những hành vi xuất phát từ động cơ vô minh.

Giảng giải 12 chi phần của duyên khởi trong phạm trù luân hồi

Chúng ta đã giảng giải 12 chi phần của duyên khởi trong phạm vi của một chu kỳ sinh khởi, bắt đầu từ *vô minh* với 11 chi phần còn lại vốn khởi sinh từ đó. Nhưng rồi chúng ta buộc phải nhận ra rằng, vào thời điểm mà chu kỳ duyên khởi này đang vận hành, thì cũng có một chu kỳ duyên khởi khác cùng vận hành với nó. Bởi vì, khi có *vô minh, hành* và *thức*, thì giữa *thức* và *danh sắc* nhất thiết phải có ái, thủ, hữu nhằm có thể kích hoạt chủng tử trong thức để nó [hiện hành] tạo ra đời sống được biểu hiện bởi *danh sắc*. Mức độ hiện hành trọn vẹn của nghiệp sẽ dẫn đến sự sinh ra [một sinh thể mới], và cùng lúc đó sẽ có một chuỗi khác của *danh sắc, nhập* và *xúc* đồng thời vận hành. Đó là xem xét 12 chi phần của duyên khởi trong phạm vi như là một chu kỳ [sinh khởi].

Nếu như ái, thủ, hữu nhất thiết phải sinh khởi [trong giai đoạn] giữa *thức* và *danh sắc*, thì phải có một chu kỳ duyên khởi khác tham gia vào ngay trong [tiến trình] sinh khởi của chúng. Khi chi phần đầu tiên là *vô minh* và chi phần cuối cùng là *lão tử*, ta thấy có vẻ như là có một sự khởi đầu và kết thúc, nhưng khi quý vị nhận biết được rằng để khởi sinh một chu kỳ 12 duyên khởi như thế này cần phải có những chu kỳ khác nữa cùng lúc vận hành, thì quý vị sẽ thấy là không hề có một sự khởi đầu và kết thúc rõ ràng. Cội nguồn của tất cả là *vô minh*, và chừng nào mà chúng ta vẫn còn *vô minh* thì ta không thể làm bất cứ điều gì để thoát ra khỏi tiến trình [của những chu kỳ duyên khởi] này.

Khi cứu xét 12 chi phần của duyên khởi trong một kiếp sống ở cảnh giới xấu,[1] [ta thấy] có sự che chướng của *căn bản vô minh*[2] trong việc nhận biết cách thức hiện hữu [chân thật] của vạn pháp, và cũng có cả dạng thức vô minh che chướng [sự nhận biết] mối quan hệ giữa các hành vi và nghiệp quả của chúng. Do những điều đó, một hành vi bất thiện sẽ được thực hiện và gieo cấy một chủng tử [bất thiện] vào tâm thức, để [sau đó] trở thành *dẫn nhân*.[3] *Dẫn nhân* được kích hoạt bởi ái, thủ, hữu và do đó tạo ra những hệ quả khổ đau trong một kiếp sống ở cảnh giới xấu.

Khi cứu xét 12 chi phần của duyên khởi trong một kiếp sống ở cảnh giới cao trong luân hồi,[4] ta

---

[1] Ở đây chỉ đến các cảnh giới như địa ngục, ngạ quỷ, súc sinh.

[2] Căn bản vô minh (根本無明), còn gọi là vô thủy vô minh (無始無明), là vô minh không nhận hiểu đúng thật về cách thức hiện hữu của các pháp, không nhận biết phân biệt được bản thể chân thật với vọng tình huyễn cảnh. Do loại vô minh này làm căn bản mà khởi sinh các loại vô minh khác, gọi chung là chi mạt vô minh (枝末無明).

[3] Dẫn nhân (引因) là nhân tạo thành dẫn nghiệp (引業) đưa đến tổng báo (總報) như đã giải thích ở một phần trước.

[4] Ở đây chỉ đến những cảnh giới có đời sống tốt đẹp, thuận lợi hơn, chẳng hạn như cõi người, cõi trời hay a-tu-la.

vẫn thấy có *căn bản vô minh* không khác, với sự che chướng [không cho ta nhận biết về] cách thức hiện hữu chân thật của vạn pháp, nhưng [trong trường hợp này,] chính hành vi hiền thiện đã gieo cấy chủng tử vào tâm thức. *Dẫn nhân* [hiền thiện] này được nuôi dưỡng bởi ái, thủ, hữu, và như thế nó tạo ra hệ quả [tốt đẹp hơn] trong một kiếp sống ở cảnh giới cao.

Khi quán chiếu về cách thức lưu chuyển luân hồi do sự khởi sinh của 12 chi phần duyên khởi và liên hệ đến mọi chúng sinh khác,[1] lòng bi mẫn của ta đối với chúng sinh sẽ tăng trưởng. Có rất nhiều pháp thiền quán về 12 chi phần duyên khởi này, về mặt tự thân là giúp phát triển tâm nguyện xả ly luân hồi, và đối với chúng sinh thì thông qua đó để làm tăng trưởng lòng bi mẫn.

Và đó là cách thức [hiện hành] của *duyên khởi* trong ý nghĩa 12 chi phần của sự phát triển một kiếp sống trong vòng luân hồi.

---

[1] Ý muốn nói là quán chiếu sự lưu chuyển của tất cả chúng sinh trong luân hồi theo cách này. Trong sách *The meaning of life* (cũng của Đức Đạt-lai Lạt-ma), câu văn tương ứng diễn đạt ý này rõ nghĩa hơn: Reflecting in this same way on how others travel in cyclic existence serves as a technique for increasing compassion.

Những ý nghĩa khác của duyên khởi

Có một cách hiểu khác nữa về duyên khởi, đó là sự sinh khởi phụ thuộc của [tiến trình] quy gán hay định danh [sự vật] trong ý nghĩa [luôn là sự kết hợp của] nhiều thành phần. Bất kỳ vật thể nào cũng được kết hợp từ những phần [nhỏ hơn] có tương quan về vị trí [trong không gian]. Các pháp phi vật thể như tâm thức thì [được kết hợp từ] nhiều niệm tưởng [nối tiếp nhau] của thức [có tương quan về thời gian]. Nếu có bất kỳ vật nào đó không cấu tạo bởi thành phần nào cả, thì ta không thể phân biệt được vị trí của vật ấy, chẳng hạn như bên trái hay bên phải, phía này hay phía kia. Nếu như có một vật nào đó mà quý vị không thể phân biệt phía bên này hay bên kia của nó, thì dù quý vị có kết hợp nhiều đến bao nhiêu vật như thế cũng không thể có được vật gì lớn hơn so với vật ban đầu. Nhưng sự thật là những vật thể lớn đều được tạo thành từ sự kết hợp những phân tử rất nhỏ. Vì thế, trong phạm vi khảo sát các vật thể thì bất kể một hạt dù nhỏ đến đâu cũng phải được kết hợp bởi những phần [nhỏ hơn], và chính trên nền tảng lập luận này mà người ta xác định rằng, không có vật thể nào không bao gồm trong nó những thành phần [nhỏ hơn]. Đối với trường hợp của một dòng tương tục [trong thời gian], nếu như các thành phần trong đó tự chúng không có các phần *trước* và *sau* chúng, hẳn sẽ không thể có khả năng chúng kết hợp lại để hình thành một dòng tương tục. Và trong trường hợp các pháp không thay đổi, chẳng hạn như hư không không được tạo tác, vẫn có những thành phần hay yếu tố [kết hợp] như là phần hướng đông, phần hướng tây, hoặc phần tương quan với vật thể này hay vật thể kia. Như vậy, bất kỳ đối tượng nào, dù là thường hay vô thường, thay đổi hay không thay đổi, cũng đều bao gồm các phần [hợp thành nó].

Khi bất kỳ một đối tượng cụ thể nào đó hiện ra [trong dạng thức] toàn vẹn trước tâm thức ta với các phần [tạo thành nó], phải chăng có một thực tế là [dạng thức] toàn vẹn của đối tượng ấy và các phần tạo thành nó đối với ta dường như có những thực thể riêng biệt? Đối với tư tưởng nhận thức của ta, chúng có vẻ như là thế, nhưng khi ta khảo xét thì rõ ràng là cái [dạng thức] toàn vẹn của đối tượng ấy và các phần [tạo thành nó] không hề có những thực thể riêng biệt. Khi chúng hiện ra trong tâm thức ta, [dạng thức] toàn vẹn [của đối tượng] dường như có một thực thể tách biệt với các phần [đã tạo thành nó]. Nhưng nếu là như thế, thì hẳn là quý vị phải có khả năng tìm ra chúng qua sự phân tích. Nhưng khi phân tích thì quý vị lại không thể tìm thấy bất kỳ sự tách biệt nào như thế giữa [dạng thức] toàn vẹn và các phần [đã tạo thành nó].

Như vậy là có một sự mâu thuẫn giữa cách thức mà [dạng thức] toàn vẹn [của đối tượng] và các phần [đã tạo thành nó] hiện ra như là những thực thể riêng biệt, với cách thức mà chúng thực sự hiện hữu.

Tuy nhiên, điều này không có nghĩa là không có các đối tượng, hay không có [dạng thức] toàn vẹn của chúng, bởi vì nếu không có các [dạng thức] toàn vẹn [của đối tượng] thì ta không thể nói đến bất kỳ điều gì như là thành phần [hợp thành chúng]. Quả thật có các [dạng thức] toàn vẹn [của đối tượng], nhưng cách thức hiện hữu của chúng phải được thừa nhận trong sự phụ thuộc vào các thành phần đã hợp thành chúng, và không có bất kỳ cách thức nào khác hơn để chúng hiện hữu. Vì thực tế là như vậy, nên điều này không chỉ đúng với các pháp thay đổi hay vô thường, mà cũng đúng với cả các pháp thường hằng, không thay đổi.

Nhưng duyên khởi còn được hiểu theo một ý nghĩa thâm diệu, sâu xa hơn nữa. Khi truy tìm đối tượng đã được định danh, quý vị không tìm thấy bất cứ điều gì bên trong hay tách biệt với cái nền tảng của sự định danh đối tượng, vốn là khác biệt với đối tượng ấy. Hãy thử xem xét *bản ngã* hay "cái tôi". Có một "cái tôi" là chủ thể kiểm soát hay sử dụng thân tâm này. "Tôi" là một cái gì đó giống như chủ nhân, còn thân và tâm thì giống như vật sở hữu. Quý vị có thể nói: "Đây là thân thể *của tôi*, hôm nay thân thể *của tôi* có điều bất ổn, vì thế tôi mỏi mệt." Hoặc là: "Hôm nay thân thể *của tôi* khỏe mạnh nên tôi rất sảng khoái." Không ai nói rằng một phần nào đó trong thân thể là "cái tôi". Nhưng đồng thời nếu bị đau ở một phần nào đó trong thân thể thì quý vị lại có thể nói: "Tôi bị đau.", "Tôi không được khỏe." Tương tự, quý vị có thể nói về tâm *của tôi* hay ý thức *của tôi.* Đôi khi, quý vị gần như phải vật lộn với chính tâm thức hay trí nhớ của mình. Chẳng phải vậy sao? Quý vị có thể nói: "Tôi muốn hoàn thiện tính nhạy bén của tâm thức mình, tôi muốn rèn luyện tâm thức mình." Có vẻ như quý vị là người thầy, người huấn luyện, còn tâm thức thì có vẻ như là cậu học trò ngỗ nghịch cần phải dạy dỗ. Quý vị sẽ rèn luyện tâm thức đôi chút để nó trở nên tốt đẹp hơn.

Vậy thì, cả thân và tâm đều là vật sở hữu, còn "cái tôi" là chủ nhân. Nhưng ngoài thân và tâm ra thì không có một thực thể độc lập và tách biệt nào của "cái tôi" cả. Có đủ mọi dấu hiệu cho thấy là có một "cái tôi", nhưng nếu quý vị khảo sát kỹ thì lại không thể tìm thấy nó. Nếu có một "cái tôi" độc lập, một thực thể tách biệt - hãy lấy [trường hợp] "cái tôi" của Đạt-lai Lạt-ma, "cái tôi" ấy nhất thiết phải ở đây, trong phạm vi giới hạn này, quý vị không thể tìm thấy "cái tôi" ấy ở bất kỳ một nơi nào khác. Bây giờ, nếu quý vị khảo sát xem cái gì thực sự là Đạt-lai Lạt-ma, thực sự là Tenzin Gyatso, thì ngoài thân tâm này ra, không còn bất kỳ thực thể nào khác. Thế nhưng, Đạt-lai Lạt-ma là một thực tế, một người đàn ông, một tăng sĩ, một người Tây Tạng, là người biết nói năng, biết ăn uống, biết ngủ nghỉ, biết vui thích. Điều đó quá đủ để chứng minh là có một cái gì đó, thế nhưng "cái gì đó" lại không thể tìm ra được. Trong những nền tảng định danh của "cái tôi", không thể tìm ra một điều gì có thể biểu trưng cho "cái tôi" hoặc tự nó là "cái tôi". Phải chăng như vậy có nghĩa là "cái tôi" không hề hiện hữu? Không,

không có nghĩa là như thế, vì cái tôi quả thật có hiện hữu. Nhưng vì "cái tôi" ấy không thể tìm thấy trong những nền tảng định danh của nó, nên ta buộc phải nói rằng "cái tôi" ấy không tồn tại dựa vào năng lực của chính nó, mà chỉ hoàn toàn thông qua lực tác động của những điều kiện khác.

Trong số các duyên mà "cái tôi" phụ thuộc vào để hiện hữu, có một duyên được xem là quan trọng hơn, đó là khái niệm thừa nhận "cái tôi". Vì thế, "cái tôi" và vạn pháp được cho là hiện hữu thông qua năng lực của khái niệm. Trong trường hợp này, [nguyên lý] duyên khởi có nghĩa là sự thừa nhận [đối tượng] phụ thuộc vào nền tảng của sự định danh, hay dựa vào thức khái niệm đã định danh đối tượng.

Như thế, trong thuật ngữ *duyên khởi* thì *duyên* có nghĩa là tùy thuộc hay dựa vào một yếu tố khác nào đó. Một khi đối tượng phải phụ thuộc vào một điều gì khác thì tự nó không có sự hiện hữu dựa vào năng lực tự thân, hay hiện hữu độc lập. Dù vậy, nó vẫn sinh khởi trong sự phụ thuộc vào các nhân duyên. Bất kể đối tượng đó là thiện hay ác, nhân hay quả, tự thân hay ngoại vật, nó cũng đều sinh khởi một cách phụ thuộc. Từ quan điểm được sinh khởi một cách phụ thuộc thì đối tượng không hề có sự hiện hữu tuyệt đối dựa vào khả năng tự thân. Và vì trong bối cảnh phụ thuộc này thì nhân và quả là [những yếu tố] đúng đắn nên ta có thể thừa nhận [sự hiện hữu của] chúng, [biết rằng] chúng không phải là không hiện hữu. Khi hiểu được điều này, ta thoát ra khỏi cực đoan [của sự] chấp không, của chủ nghĩa hư vô. Đó là ý nghĩa uyên áo nhất của duyên khởi.

Ngày nay, các nhà vật lý học giải thích rằng các vật thể không chỉ tồn tại khách quan trong tự thân và riêng thuộc về chúng, mà luôn tồn tại trong bối cảnh tương quan với người quan sát chúng. Tôi thấy rằng mối quan hệ giữa vật chất và tâm thức như thế này có thể chính là điểm gặp nhau thực sự giữa triết học phương Đông, cụ thể là triết học Phật giáo, và nền khoa học phương Tây. Tôi nghĩ, đây hẳn là một sự gặp gỡ mang lại nhiều hạnh phúc. Rất có thể bước sang thế kỷ tới, nếu chúng ta có nhiều hoạt động hơn nữa theo các hướng này, thông qua sự nỗ lực hợp tác giữa các học giả Phật giáo với một số các nhà khoa học, vật lý học có kinh nghiệm, thuần túy và không định kiến, để cùng nhau khảo sát, học hỏi và thực hiện sự nghiên cứu sâu hơn về mối quan hệ giữa vật chất và tâm thức, tôi nghĩ chúng ta có thể sẽ tìm ra một số điều hay ho và hữu ích, tốt đẹp. Ngay cả khi những điều như thế không được xem là thực hành giáo pháp mà chỉ đơn thuần là để phát triển mở rộng tri thức nhân loại.[1]

---

[1] Bài giảng này được thực hiện vào năm 1984 thuộc thế kỷ 20, nên ở đây chỉ đến thế kỷ 21. Trong thực tế, những gì diễn ra sau đó đã cho thấy dự báo của Đức Đạt-lai Lạt-ma là hoàn toàn chính xác. Chỉ mấy năm sau đó (từ tháng 10 năm 1987), một loạt các Hội thảo Tâm thức và Đời sống (Mind and Life Conference) đã bắt đầu được thường xuyên tổ chức giữa các nhà khoa học hàng đầu thế giới về các chuyên ngành tâm lý học, thần kinh học... cùng với các học giả và cao tăng Phật giáo mà nổi bật nhất là đức Đạt-lai Lạt-ma thứ XIV. Hoạt động này được duy trì khoảng 2 năm

Vì triết học Phật giáo có mối quan hệ với khoa học theo một cách nào đó, nên những giảng giải của đạo Phật về tâm thức cũng như cách thức mà tâm thức vận hành, biến đổi, dao động, có thể đóng góp vào công cuộc nghiên cứu của các nhà khoa học về não bộ và trí óc con người. Thỉnh thoảng, khi tôi hỏi các nhà thần kinh học về chức năng và cách thức vận hành của trí nhớ, họ trả lời là vẫn chưa tìm ra được sự giải thích cụ thể. Cả trong lãnh vực này, tôi nghĩ Phật giáo và khoa học cũng có thể hợp tác cùng làm việc. Một số nhà y học phương Tây tỏ ra quan tâm đến việc thông qua thiền quán để chữa trị những bệnh tật nhất định. Điều đó cũng có hiệu quả. Đây có thể là một dự án hợp tác nữa.

Phật giáo nhấn mạnh vào sự tạo tác tự thân, không [thừa nhận] có đấng [thần linh] tạo hóa nào, vì thế nói cho thật chính xác thì Phật giáo không phải một tôn giáo mà gần gũi với khoa học hơn. Nhìn từ quan điểm thuần túy khoa học thì Phật giáo đương nhiên là một kiểu hệ thống tâm linh. Như

---

một lần, với các hội thảo nối tiếp đều đặn vào những năm 1987, 1989, 1991, 1993... nội dung được ghi nhận đầy đủ và phát hành thành sách bằng Anh ngữ. Cho đến nay đã có 27 Hội thảo khoa học như thế được tổ chức, và gần đây nhất là Hội thảo tại Drepung Monastery, Mundgod, Karnataka, Ấn Độ, kéo dài trong 6 ngày từ ngày 17 đến 22 tháng 1 năm 2013, với sự tham dự của 20 nhà khoa học, triết gia hàng đầu trên thế giới cùng với các cao tăng Phật giáo mà tiêu biểu là Đức Đạt-lai Lạt-ma thứ XIV. Quý độc giả có thể tìm đọc sách Sống một đời vui (Tác giả: Mingyur Yongey Rinpoche, Việt dịch: Diệu Hạnh Giao Trinh và Nguyễn Minh Tiến - NXB Tôn giáo, 2003) để hiểu rõ hơn về vấn đề này.

vậy, Phật giáo chẳng phải thuộc về tín ngưỡng hay tôn giáo, cũng không thuần túy khoa học. Điều này tạo ra cơ hội để hình thành một sự liên kết hay nối liền giữa tín ngưỡng và khoa học. Tôi tin rằng trong tương lai có thể chúng ta sẽ phải cùng nhau nỗ lực để tạo ra một sự tiếp xúc gần gũi hơn giữa những người đi theo con đường tín ngưỡng và giá trị kinh nghiệm tâm linh (riêng đối với phần lớn những ai chỉ đơn thuần không quan tâm đến [tín ngưỡng] thì đó lại là một vấn đề khác) với những người cố tình phủ nhận mọi giá trị thuộc về tôn giáo. Có một sự xung đột thường xuyên giữa hai nhóm người này. Nếu có thể giúp họ đến gần nhau hơn, hẳn đó sẽ là điều đáng quý.

Nguyên lý duyên khởi và sự rèn luyện tâm thức

Sự giảng giải về cách thức diễn ra tái sinh trong luân hồi dựa trên 12 chi phần của duyên khởi cũng giống như sự trình bày về nền tảng của những nghiệp bất thiện, phiền não và khổ đau. Vậy thì, liệu tâm thức có thể tách rời khỏi sự vô minh [hiện có] này hay không? Đây là điều mà quý vị nhất thiết phải suy xét. Dù có phân tích bất kỳ loại tâm thức nào, quý vị cũng sẽ thấy nó liên kết với sự huân tập. Khi quý vị phát triển một tâm thức sai lầm, thì vì nó không có một nền tảng hợp lý được xác thực bởi nhận thức đúng thật, nên dù quý vị có huân tập nhiều đến đâu đi chăng nữa, tâm thức sai lầm ấy cũng không thể tăng trưởng vô giới hạn. Nhưng nếu quý vị bắt đầu huân tập một tâm thức không sai lầm,[1] vốn có một nền tảng hợp lý được xác thực bởi nhận thức đúng thật, thì dù quý vị không nỗ lực huân tập nhiều lắm, tâm thức ấy vẫn được duy trì. Còn nếu như quý vị không ngừng huân tập rèn luyện tâm thức ấy, nó sẽ tăng trưởng mãi và cuối cùng trở nên vô giới hạn.

Các phẩm tính [giác ngộ] dựa vào tâm thức được cho là có một nền tảng vững chãi. Vì sao vậy? Vì tâm thức được cho là [vô thủy vô chung,] không có thời điểm khởi đầu và cũng không có thời điểm kết thúc. Những phẩm tính tâm linh có nền tảng vững chãi trong tâm thức đó tự nó cũng đã là nền tảng.

Khi một phẩm tính tâm linh hiện hữu trong tâm thức, nó hiện hữu với một năng lực nhất định, và quý vị không cần thiết phải dùng đến cùng năng lực đó thêm một lần nào khác chỉ để làm cho phẩm tính ấy trở lại với mức độ ban đầu. Vì [không cần đến năng lực duy trì như] thế, nên khi tiếp tục rèn luyện

---

[1] Những tâm thức không sai lầm - do đó dẫn đến các phẩm tính giác ngộ - được đề cập ở đây nên được hiểu trong phạm trù của 37 Bồ-đề Đạo phần, là những phẩm tính đạt được trên con đường tu tập đúng Chánh pháp, vì chỉ những tâm thức này mới phát triển không giới hạn. Các pháp hiền thiện - chẳng hạn như thuộc về Thập thiện đạo - tuy giúp mang lại một tái sinh tốt đẹp trong cõi trời hoặc cõi người, nhưng chúng vẫn là các pháp tạo tác khởi sinh từ tâm thức sai lầm, và do đó chúng chỉ là giả tạm và giới hạn.

nhiều hơn thì quý vị chắc chắn sẽ làm tăng trưởng phẩm tính ấy.

Chính trong ý nghĩa đang bàn về sự vô thủy vô chung của tâm thức như trên mà tự thân luân hồi cũng được cho là vô thủy vô chung, và điều đó dẫn đến việc bàn về tái sinh. Trong phạm vi của một chu kỳ duyên khởi như đã giải thích trên, để cho tất cả 12 chi phần đều hiện khởi thì thời gian lâu nhất là 3 kiếp sống, và nhanh nhất cũng phải trải qua 2 kiếp.

Khi bàn về tái sinh lại dẫn đến chủ đề về [mối liên hệ với] tiền kiếp. Ngày nay, có những người nhớ lại được về các kiếp trước của họ. Gần đây, ở Ấn Độ có 2 trường hợp mà chính tôi đã gặp, cả 2 đều là bé gái. Đối với người nào chấp nhận là có những kiếp sống quá khứ và tương lai thì loại hiện tượng này chẳng có gì lạ lùng cả. Nhưng với một người không chấp nhận việc có những kiếp sống quá khứ và tương lai, hẳn phải suy ngẫm tìm lời giải đáp cho câu hỏi này: Do những điều kiện hay nguyên nhân nào mà xảy ra [hiện tượng] nhớ lại được [kiếp trước] như thế?

Tâm thức cũng không có thời điểm kết thúc, nhưng sẽ đạt đến sự viên mãn của nó trong trạng thái thành tựu Phật quả. Và không có vấn đề những cấp độ nhiễm ô của tâm thức sẽ tiếp diễn trong trạng thái thành tựu Phật quả, hay thậm chí ngay cả những cấp độ thô trược của tâm thức. Chính cấp độ vi tế nhất của tâm thức mới tiến triển đạt đến và tồn tại trong trạng thái thành tựu Phật quả. Cấp độ vi tế nhất này vốn đã hiện hữu từ vô thủy và sẽ tiếp tục trong trạng thái thành tựu Phật quả. Vào thời điểm chúng ta chết đi, những cấp độ thô trược hơn của tâm thức sẽ tan hòa hoặc chấm dứt, và tâm thức cuối cùng hiện hành chính là tâm thức tịnh quang vi tế nhất này. Nó chính là tâm thức tạo ra sự kết nối với đời sống tiếp theo.

Mười hai chi phần của duyên khởi cũng có thể được giảng giải trong ý nghĩa là những chướng ngại của tâm Nhất thiết trí,[1] với sự liên hệ đến các vị Bồ Tát đã đạt 3 thanh tịnh Bồ Tát địa, tức là các địa vị thứ 8, thứ 9 và thứ 10 [trong Thập địa].[2]

---

[1] Nhất thiết trí (一切智 - Phạn ngữ: **sarvajña**), chỉ trí tuệ thấu hiểu hết thảy mọi pháp thế gian và xuất thế gian, tức trí tuệ giác ngộ viên mãn của chư Phật.

[2] Thập địa (十地) của hàng Bồ Tát, được giảng giải trong kinh Hoa nghiêm bao gồm: 1. Hoan hỉ địa (歡喜地 - Phạn ngữ: **pramuditā-bhūmi**), cũng gọi Cực hỉ địa, Hỉ địa, Duyệt dự địa. 2. Li cấu địa (離垢地 - Phạn ngữ: **vimalā-bhūmi**), cũng gọi Vô cấu địa, Tịnh địa. 3. Phát quang địa (發光地 - Phạn ngữ: **prabhākarī-bhūmi**); cũng gọi Minh địa, Hữu quang địa, Hưng quang địa. 4. Diệm huệ địa (焰慧地 - Phạn ngữ: **arciṣmatī-bhūmi**), cũng gọi Diệm địa, Tăng diệu địa, Huy diệu địa. 5. Nan thắng địa (難勝地 - Phạn ngữ: **sudurjayā-bhūmi**), cũng gọi Cực nan thắng địa. 6. Hiện tiền địa (現前地 - Phạn ngữ: **abhimukhī-bhūmi**), cũng gọi Hiện tại địa, Mục kiến địa, Mục tiền địa. 7. Viễn hành địa (遠行地 - Phạn ngữ: **dūraṃgamā-bhūmi**), cũng gọi Thâm hành địa, Thâm nhập địa, Thâm viễn địa, Huyền diệu địa. 8. Bất động địa (不動地 - Phạn ngữ: **acalā-bhūmi**), cũng gọi Sắc tự tại địa, Quyết định địa, Vô hành vô khai phát vô tướng trụ, Tịch diệt tịnh địa. 9. Thiện huệ địa (善慧地 - Phạn ngữ: **sādhumatī-bhūmi**), cũng gọi Thiện tai ý địa, Thiện căn địa. 10. Pháp vân địa (法雲地 - Phạn ngữ: **dharmameghā-bhūmi**), cũng gọi Tác vũ địa. Trong kinh Đại Bát Niết-bàn, đức Phật dạy rằng ngay cả nơi các vị Bồ Tát đã đạt đến

Khổ đau của chúng ta có nguồn gốc từ vô minh, nên chính vì mang tâm thức không được điều phục mà chúng ta phải đối mặt với nguồn gốc ấy và phải gánh chịu khổ đau. Do đó, chúng ta nhất thiết phải loại trừ vô minh trong dòng tâm thức, vốn là nguyên nhân khiến ta phải khổ đau. Thông qua [việc tu tập] điều phục tâm, chúng ta sẽ [tiến tới] đối diện với khổ đau. Và vì tâm thức cần phải được điều phục, nên có một phương thức điều tâm bằng vào chính tự thân tâm thức. Như vậy, cả chủ thể điều phục lẫn đối tượng đang được điều phục đều chính là tâm thức. Do đó, chúng ta nhất thiết phải [tu tập để] trở nên khéo léo trong sự phô diễn tâm thức. Trong [sự tu tập theo] giáo pháp đạo Phật thì vấn đề này chiếm rất nhiều thời gian.

Trong tâm thức chúng ta, loại tâm kém điều phục nhất là tà niệm, tà kiến hay vọng niệm. Khi được nghe hiểu và trở nên quen thuộc với giáo pháp, ta dần dần phát triển đến mức độ khởi nghi. Có 3 cấp độ của lòng nghi: cấp độ thấp nhất là khởi lòng nghi nhưng có khuynh hướng nghiêng về những điều sai trái, cấp độ trung bình là khởi lòng nghi nhưng có khuynh hướng cân bằng hướng về cả những điều sai trái cũng như đúng đắn, và cấp độ cao nhất là khởi lòng nghi nhưng có khuynh hướng nghiêng về những điều đúng đắn. Và rồi, khi tu tập tiến triển hơn nữa,

---

địa vị cuối cùng trong Thập địa thì vô minh vẫn còn hiện hành ở dạng vi tế. Chính vì vậy mà ở đây 12 duyên khởi được xem là chướng ngại của Nhất thiết trí hay Phật trí, vì nó chỉ hoàn toàn chấm dứt khi ta đạt đến Phật quả giác ngộ viên mãn.

lòng nghi sẽ được chuyển hóa thành những sự thừa nhận đúng đắn. Từ cấp độ này, nhờ suy ngẫm về những gì hợp lý, ta có được những kết luận hợp lý. Rồi bằng cách tự mình huân tập với những hiểu biết hợp lý, ta sẽ đạt đến sự trực nhận giúp ta nhận hiểu được đối tượng.

Để có thể vượt qua những vọng niệm hay tà kiến này, nhiều hệ quả phi lý sẽ được chỉ ra. Vào thời điểm khi tiến lên đến mức độ khởi nghi, chúng ta hoàn toàn có thể sử dụng lý luận để làm sinh khởi những hiểu biết hợp lý. Thông qua đó, ta phát triển được trí tuệ phân biệt các pháp. Trong tiến trình này, ta dần dần phát triển trí tuệ khởi sinh từ việc được nghe pháp (*văn*), suy ngẫm (*tư*) và thực hành thiền tập (*tu*).

Khi tiếp tục tu tập theo giáo pháp, ta dần dần đạt đến mức độ nhận ra được rằng, quả thật tâm thức mình có khả năng chuyển hóa [để hoàn thiện hơn]. Từ cách nhìn nhận đó, ta có thể bắt đầu tin sâu vào sự tu tập [giáo pháp] bất hại (*ahimsa*). Cấp độ đầu tiên [của pháp tu này] là tự mình kiềm chế không tham gia vào những hành vi gây hại đến người khác. Cấp độ thứ hai là thực hành các pháp đối trị những yếu tố tinh thần nào thúc đẩy các hành vi bất thiện. Cấp độ thứ ba là chế ngự ngay cả những chủng tử [phiền não] vốn đã được tạo ra từ trước đây bởi các cảm xúc phiền não. Thông qua sự suy ngẫm về quan điểm duyên khởi, ta sẽ thấy được những lỗi lầm tai hại của sinh tử luân hồi, thấy được cách thức mà khổ đau sinh khởi, và sẽ được dẫn dắt, cuốn hút vào quá trình tu tập theo những cấp độ như trên [của giáo pháp] bất hại.

Để có thể loại trừ những chủng tử tiềm tàng [trong tâm thức] vốn đã từng được tạo ra bởi các cảm xúc phiền não, điều thiết yếu trước tiên là phải dứt trừ những cảm xúc phiền não. Sự loại bỏ [hoàn toàn] các phiền não cũng như mọi chủng tử do chúng tạo ra trước đây được gọi là đạt đến Phật quả. Chỉ loại bỏ hết phiền não [nhưng vẫn còn các chủng tử phiền não] thì gọi là chứng quả A-la-hán hay Sát tặc, [nghĩa là đã trừ hết giặc phiền não]. Sự tu tập để chế ngự các cảm xúc phiền não và những chủng tử do chúng tạo ra cũng giống như một trận ác chiến. Trước khi tham chiến, điều quan trọng là phải hành động để tạo ra một giới tuyến phòng thủ, và do đây mà phải xem trọng việc khởi đầu bằng cách kiềm chế những hành vi bất thiện của *thân* (hành động) và *khẩu* (lời nói). Mục đích rốt ráo là [tu tập để] đạt đến quả vị Phật. Nhưng trong tiến trình tu tập đó, ngay từ đầu chúng ta nhất thiết phải kiềm chế những hành vi bất thiện [xuất phát từ] *thân* (hành động) và *khẩu* (lời nói) của mình. Và nếu như do động cơ ích kỷ [thôi thúc] mà ta phạm vào một hành vi bất thiện, chẳng hạn như giết hại, trộm cắp, nói dối, tà dâm hay vu cáo [người khác], những hành vi bất thiện của *thân* và *khẩu* như vậy không chỉ gây hại cho người khác, mà rốt cùng chúng sẽ mang lại khổ đau cho chính bản thân ta. Vì thế, cho dù chỉ quan tâm đơn thuần đến những gì mà hành vi bạo lực gây hại mang lại cho chính bản thân ta thôi, thì việc kiềm chế những hành vi bất thiện [như vậy] của *thân* (hành vi) và *khẩu* (lời nói) cũng đã là cần thiết.

Vì lý do đó, sự suy ngẫm về [ý nghĩa] vô thường là rất hữu ích. Cho dù ta có sống thọ đến đâu đi chăng nữa, chẳng phải là luôn có một giới hạn [cuối cùng] của đời sống đó sao? So với sự hình thành của vũ trụ và thời gian hình thành trái đất[1] thì một kiếp người là quá ngắn ngủi. Dù vậy, cũng chẳng có gì bảo đảm rằng ta sẽ sống qua được hết cái quãng đời [ngắn ngủi] thông thường chừng 100 năm đó, hay thậm chí chỉ 60 năm thôi! Và trong những trường hợp đó, việc tập trung hết thảy mọi năng lượng tinh thần cũng như thể chất vào tiền bạc hay sức khỏe chỉ giúp ích cho riêng đời sống này thôi, vốn thật bấp bênh và ngắn ngủi. Việc suy ngẫm về ý nghĩa này sẽ giúp ta giảm nhẹ đi sự tham lam thái quá, sự khao khát mong cầu điều gì đó bất chấp mọi hệ quả.

Suy ngẫm về thực trạng thế giới hiện nay cũng hữu ích cho sự tu tập, vì vật chất dù có tốt đẹp hơn đến đâu đi chăng nữa cũng không thể là giải pháp cho cuộc sống. Sự phát triển riêng về vật chất giải quyết được một số bất ổn, nhưng đồng thời nó cũng tạo ra những loại bất ổn mới. Thông qua kinh nghiệm của chính bản thân mình, chúng ta có thể nhận ra rằng

---

[1] Thời gian hình thành trái đất (geological time), chỉ toàn bộ lịch sử hình thành và biến đổi của trái đất, chủ yếu là giai đoạn trước khi có lịch sử nhân loại. Theo những kiến thức hiện nay thì trái đất bắt đầu hình thành từ khoảng hơn 4.5 tỷ năm trước đây.

chỉ phát triển triển vật chất không thôi là chưa đủ. Suy ngẫm về những điều này, chúng ta sẽ phát triển một niềm tin chắc chắn rằng việc làm hại người khác sẽ mang đến những mất mát, thiệt hại cho chính bản thân ta. Đây chính là điều mà ta phải thường xuyên quán xét. Ngoài ra, trong giai đoạn này, hãy phân tích sự hữu ích của bộ não con người, của thân người và điều kiện được làm người, bởi nếu ta sử dụng những điều này theo một phương cách gây hại [đến người khác] thì quả thật đáng buồn.

Đối với một số người, việc suy ngẫm về sự tái sinh vào ba đường ác - như địa ngục, ngạ quỷ hay súc sinh - sẽ là hữu ích. Nếu thấy khó tin vào sự hiện hữu của những cảnh giới như địa ngục, thì có thể ta chỉ cần suy xét về những khổ đau mà các loài vật đang phải chịu đựng, những khổ đau mà ta có thể tự mình tận mắt chứng kiến. Chúng ta nên suy ngẫm về việc liệu mình có thể chịu đựng nổi những khổ đau như thế hay không, nếu như phải sinh vào những hoàn cảnh ấy. Chúng ta có thể thừa nhận rằng, trong tâm thức ta vốn đã sẵn có các chủng tử được tạo ra bởi những hành vi được thúc đẩy từ vô minh căn bản, có thể dẫn đến tái sinh làm những con vật như thế. Chúng ta cần phải suy nghĩ rằng mình đã sẵn có trong dòng tâm thức tương tục những hạt giống căn bản sẵn sàng phát triển [để đưa ta vào] kiếp sống như thế. Và nếu tái sinh vào kiếp sống như thế, ta sẽ phải chịu đựng những loại khổ đau nào? Từ trước đến nay ta chỉ đứng ngoài nhìn vào thôi, giờ đây ta cần phải tưởng tượng: "Nếu tôi mà trở thành như thế, liệu tôi có chịu đựng nổi không?" Khi suy nghĩ theo cách này, quý vị sẽ thấy ra rằng đó không phải là điều mình mong muốn. Và nguyên nhân dẫn đến khổ đau loại này chính là việc dùng bạo lực gây hại đến các chúng sinh khác. Đây là cấp độ quán chiếu đầu tiên về những tai hại của bạo lực và sự cần thiết phải kiềm chế những hành vi bất thiện của *thân* và *khẩu*.

Tiếp theo, nếu quý vị đã kiềm chế được những hành vi bất thiện của *thân* và *khẩu* trong đời này, thì cũng không có gì đảm bảo rằng quý vị sẽ tiếp tục làm được như vậy trong kiếp sống tiếp theo. Vì thế, cách phòng hộ tốt nhất, cũng là cấp độ thứ hai của "trận ác chiến", là tu tập để chế ngự các cảm xúc phiền não. Những cảm xúc phiền não vốn mang lại mọi bất ổn cho chúng ta, chính là những gì đã đề cập trong 12 chi phần của duyên khởi. Nền tảng căn bản của mọi phiền não là *vô minh*, vốn nhận biết về các đối tượng như là tồn tại dựa vào tự tính sẵn có, và rồi điều đó lại khơi dậy những mức độ khác nhau của tham lam, căm ghét, thù hận, ganh tỵ v.v... Những điều này đích thực là nguyên nhân gây ra bất ổn. Trong thế giới của chúng ta hiện nay, thật quá rõ ràng là mọi vấn đề khó khăn và bất ổn đều có liên quan đến tham luyến, sân hận và ganh tỵ, dù là xét trên bình diện quốc gia hay gia đình.

Khi có ai đó tìm cách hãm hại ta, ta đồng nhất người ấy như là kẻ thù của ta. Nếu như sự giận giữ hay ý muốn hãm hại đó mà đúng thật là bản chất của người ấy thì hẳn đã là một vấn đề khác hơn rồi. Thế nhưng, sự căm ghét, giận dữ và ý muốn hãm hại kia thật ra chỉ là những yếu tố tinh thần từ ngoài tác động vào tâm thức. Mặc dù chúng ta có những hành vi bất thiện, nhưng không phải lúc nào ta cũng luôn nghĩ đến việc làm điều bất thiện. Kẻ thù của ta cũng thế thôi. Nguyên nhân thực sự gây ra bất ổn không phải là [tự thân] con người, không phải là chúng sinh [ta đang xem như kẻ thù đó], mà chính là cái tâm thức đang chịu tác động bởi phiền não của người ấy. Kẻ thù thực sự nằm ngay trong tự thân ta, không phải ở bên ngoài. Là một hành giả tu tập, trận chiến thực sự của chúng ta nên diễn ra ngay trong nội tâm mình chứ không phải ở bên ngoài. Phải mất nhiều thời gian, nhưng đó là cách duy nhất để chúng ta làm giảm thiểu hết mức những gì mà tôi gọi là những tính xấu của con người. Và thông qua tiến trình này, quý vị sẽ được an vui trong tinh thần nhiều hơn, không phải đợi sau một thời gian dài hay trong đời sống sắp tới, mà là [ngay bây giờ đây,] trong mỗi ngày ta đang sống. Nguyên nhân cơ bản hủy hoại sự an vui trong tâm thức ta chính là lòng thù ghét hay sân hận. Tất cả những tư tưởng bất thiện đều gây ra bất ổn, nhưng sân hận là yếu tố mạnh mẽ nhất.

Chế ngự những cảm xúc phiền não

Để có thể chế ngự được những cảm xúc phiền não, điều thiết yếu là phải loại trừ ngay từ gốc rễ của chúng, tức là sự vô minh nhận biết [vạn pháp như là] tồn tại dựa vào tự tánh sẵn có. Muốn làm được điều đó thì nhất thiết phải khởi sinh một tâm thức trí tuệ, nhận biết về các đối tượng theo cách hoàn toàn trái ngược với cách mà vô minh nhận biết về đối tượng của nó. Chúng ta phải suy ngẫm về sự thật là các đối tượng không hề hiện hữu dựa vào tự tánh sẵn có, hay hiện hữu trong tự thân và riêng thuộc về bản thân chúng. Ta cần phải phát triển lý luận để bác bỏ đối tượng mà tâm thức sai lầm nhận hiểu như là thực sự hiện hữu. Trong việc này thì chánh kiến nhận biết tánh Không là rất quan trọng. Để phát triển mức độ trí tuệ cần thiết nhằm đối trị được với [thức] vô minh này, việc đơn thuần khởi sinh một thức suy luận phụ thuộc vào lý luận là chưa đủ. Ta nhất thiết phải nâng sự nhận hiểu bằng suy luận này lên thành mức độ trực nhận chân lý vượt ngoài mọi khái niệm. Và để làm được điều đó thì cần phải có hỗ trợ của sự tập trung tâm ý. Thông qua sự tập trung tâm ý ở một mức độ sâu xa, ta có thể phát triển được thiền định vững chãi, vốn là sự hợp nhất của một tâm an định và một tâm có tuệ giác nội quán. Vì thế, điều cần thiết trước tiên là phải có được một tâm thức an định. Khi ta phát triển sự nhất tâm và khả năng của tâm thức trong việc duy trì sự chú tâm vào đối tượng quan sát của nó một cách rõ ràng và tỉnh giác, điều đó cũng hữu ích trong sự tiến triển hằng ngày của cuộc đời ta. Tâm thức ta sẽ nhạy bén hơn, tỉnh giác hơn và có nhiều khả năng hơn. Vì thế mà [ở đây] cần thiết phải có những trình bày về phương thức để đạt đến thiền định vững chãi, hay tam-ma-đề.

Những ai muốn đạt được sự an định của tâm thức thì nhất thiết phải đi đến một nơi hoàn toàn cách biệt và sẵn sàng dành một thời gian dài cho sự tu tập. Người ta cho rằng, nếu việc nỗ lực tu tập tâm an định được kết hợp với sự hành trì theo mật thừa hay mật chú thì sẽ dễ dàng hơn. Tuy nhiên, với những ai không thể tu tập được theo cách như thế mà chỉ có thể tu tập ngay trong cuộc sống bình thường, thì mỗi sáng sớm ngay khi vừa thức giấc, hãy sử dụng tâm trong sáng để quán xét xem [bản thể thực sự của] tâm thức này là gì, điều đó sẽ rất hữu ích. Thực hành này giúp tâm duy trì sự tỉnh giác cao độ, và do đó thật hữu ích cho suốt thời gian còn lại trong ngày. Để đạt đến mức độ mà những vọng tưởng vi tế trong tâm đều được dứt trừ và có sự nhất tâm ở cấp độ sâu xa, điều cần thiết trước tiên là phải kiềm chế những mức độ thô trược hơn của tâm thức của tâm thức như tham ái, sân hận, và những hành vi bất thiện ở cấp độ thô của *thân* (hành động) và *khẩu* (lời nói). Vì lý do này, ta cần thiết phải tu tập thọ trì giới luật.

Trong hệ thống giới luật đạo Phật, có [những giới luật dành cho] hàng cư sĩ tại gia và [dành cho] chư tăng ni xuất gia. Ngay trong hàng cư sĩ tại gia cũng có [giới luật khác nhau dành cho] những giai đoạn tu tập khác nhau. Lý do của việc này là đức Phật đã chỉ dạy nhiều trình độ tu tập để phù hợp với khả năng của những người khác nhau. Điều đó rất quan trọng. Chúng ta nên [chọn] tu tập theo [pháp môn nào] là tùy thuộc vào [khả năng và] khuynh hướng tâm linh của chính mình, và như thế ta sẽ đạt được những kết quả như ý nguyện. Khi nhận biết rằng giáo pháp được chỉ bày cho [tất cả] chúng sinh với những căn cơ và trình độ khác nhau, quý vị sẽ có thể phát triển sự tôn trọng thật lòng đối với những hệ thống tín ngưỡng khác nhau trên khắp thế giới. Cho dù những khác biệt về triết thuyết là rất lớn, thường là [ngay từ] những điều cơ bản, nhưng ta có thể thấy rằng đối với vạn loại chúng sinh [khác biệt nhau] thì những triết thuyết đó đều có thể là thích hợp và hữu ích. Ngày nay, chúng ta cần có sự tương kính và hiểu biết lẫn nhau như thế. Điều đó rất quan trọng.

Trong mối quan hệ này, tôi rất kính trọng và đánh giá cao chư vị tăng ni người phương Tây trong pháp hội này. Tuy nhiên, không nên có bất kỳ sự hối hả nôn nóng nào trong việc thọ trì giới luật. Vì đức Phật đã chỉ bày nhiều pháp môn phù hợp với những trình độ khác biệt đa dạng, nên điều quan trọng là quý vị phải tự xác định được trình độ của bản thân mình, rồi mới tiến hành tu tập dần dần theo [pháp môn nào phù hợp với] trình độ đó. Ngoài ra, tôi thấy rằng những người phương Tây nào chân thành muốn tu tập Phật pháp thì [trước hết] hãy tiếp tục làm người tốt trong cộng đồng xã hội của mình, vì điều đó rất quan trọng. Họ nên tiếp tục [sống hòa nhập] trong cộng đồng, đừng trở nên cách biệt. Tinh yếu của Phật pháp như đang được những người Tây Tạng thực hành cũng tương quan với nền văn hóa Tây Tạng, nên hẳn sẽ rất sai lầm khi cố gắng để "Tây Tạng hóa" hoàn toàn và thực hành theo một hình thức Phật giáo đã "Tây Tạng hóa".

Hãy tiếp tục [sống hòa hợp] trong cộng đồng xã hội, tiếp tục thực hiện công việc chuyên môn của mình, tiếp tục làm việc như một thành viên trong cộng đồng, và đồng thời thực hành Phật pháp nếu quý vị cảm thấy đó là điều hữu ích cũng như mang lại hiệu quả. Chúng ta đã thành lập nhiều trung tâm [tu tập] và nên tiếp tục duy trì hoạt động của chúng. Nhưng nếu có ai đó muốn thực hành Phật pháp thì không nhất thiết phải tham gia vào một trung tâm tu tập, mà vẫn có thể tu tập ngay trong vị trí hiện tại của người ấy.

Chúng ta đã bàn về những phương thức để đấu tranh với phiền não, sau đây chúng ta sẽ tiếp tục bàn về cách thức để phát triển tâm Bồ-đề, lòng bi mẫn, cũng như cách thức để phá trừ những chướng ngại ngăn cản việc đạt đến Nhất thiết trí, tức là những chủng tử được gieo cấy vào tâm thức bởi phiền não. Trước hết ta phải thọ trì *giới*, vốn là nền tảng căn bản, rồi sau đó thông qua tu tập định mà tâm thức mới đạt được sự tập trung và trở nên mạnh mẽ. Tâm thức đã đạt được sự tập trung đó sẽ được sử dụng để thiền quán về tánh Không, và nhờ đó mà ta dần dần vượt qua được những che chướng [của tri kiến sai lầm hay chi mạt vô minh],[1] rồi dần dần [vượt qua được cả] những che chướng [của vô minh] căn bản. Cuối cùng, chúng ta sẽ hoàn toàn vượt qua được vô minh [căn bản] đó, vốn chính là ý niệm về sự hiện hữu dựa vào tự tánh sẵn có. Sự dứt trừ [hoàn toàn cả 2 loại vô minh] như vậy, hay tịch diệt, được gọi là giải thoát.

Như bậc hộ trì Chánh pháp [là Bồ Tát] Long Thụ đã nói [trong tác phẩm Trung luận]: *"Nhờ dứt trừ các nghiệp nhiễm ô và mọi cảm xúc phiền não mà có được giải thoát."* Các nghiệp nhiễm ô tạo ra bởi tà kiến. Những tà kiến đó vốn tạo ra bởi vọng tưởng, và mọi vọng tưởng sẽ tiêu tan thông qua [việc thiền quán về] tánh Không, hoặc là không còn hiện hữu trong tánh Không. Sự dứt trừ vọng tưởng được giải thích theo cả 2 cách như vậy. Dù là [giải thích theo] cách nào thì thực tại [cuối cùng] ấy - cái tánh Không mà trong đó mọi cảm xúc phiền não, vô minh v.v... đều đã hoàn toàn chấm dứt - cũng chính là *Diệt đế,* tức là giải thoát.

---

[1] Chi mạt vô minh (枝末無明) như đã đề cập ở một phần trước, là loại vô minh được tích lũy dần dần trong đời sống, do học hỏi và tin nhận những khái niệm, tri thức sai lầm, khác với căn bản vô minh (根本無明) vốn đã tích lũy trong dòng tâm thức nên hiện hữu ngay từ lúc khởi đầu một đời sống mới.

Phát khởi tâm vị tha của Bồ Tát

Tôi sẽ giảng giải về sự tu tập rèn luyện tâm vị tha của Bồ Tát. Trong ý nghĩa giảng giải này, chúng ta đang bước vào cuộc chiến [với phiền não và những chủng tử của nó đã gieo cấy vào tâm thức]. Thông qua sự tu tập Tam học: Giới - Định - Tuệ, các cảm xúc phiền não đã bị dứt trừ. Vì thế, giờ đây đã đến lúc ta phải dứt trừ cả những chủng tử do phiền não đã gieo cấy vào tâm thức. Việc dứt trừ những chủng tử này là cực kỳ khó khăn. Nhưng vì sao phải dứt trừ hết thảy những chủng tử đó? Bởi vì chúng ngăn cản không cho ta đồng thời nhận biết tất cả các đối tượng của tri kiến. Vì thế, cho dù là người đã đạt đến thánh quả A-la-hán, là một vị Sát Tặc và đã vượt thoát ra khỏi sinh tử luân hồi, cũng vẫn chưa phát triển được trọn vẹn tiềm năng của tâm thức con người [vì chưa dứt trừ hết các chủng tử phiền não].

Vấn đề là phải làm thế nào để dứt trừ được các chủng tử phiền não. Ở đây, vũ khí thực sự được dùng vẫn không thay đổi, chính là trí tuệ nhận hiểu tánh Không. Tuy nhiên, quý vị cũng cần thêm một sự hỗ trợ mạnh mẽ của công đức lớn lao, và phương cách để thường xuyên tích lũy công đức lớn lao chính là thông qua tâm Bồ-đề vị tha. Những ai tích lũy công đức với động cơ mong cầu giải thoát và không gây hại người khác thì chỉ quan tâm chủ yếu đến cái tự ngã lẻ loi của chính mình mà thôi. Trong sự tu tập tâm Bồ-đề, chúng ta quan tâm đến tất cả chúng sinh. Và vì chúng sinh là vô số lượng, nên khi tâm thức ta quan tâm đến vô số chúng sinh đó thì năng lực công đức được tích lũy cũng là không giới hạn. Khi ta quy y Tam bảo, Phật, Pháp và Tăng-già, chỉ vì quan tâm đến chính bản thân mình, thì đó là một vấn đề, nhưng nếu ta quy y Tam bảo vì sự quan tâm đến tất cả chúng sinh thì đó lại là một vấn đề khác. Hai trường hợp này cực kỳ khác biệt nhau về năng lực, bởi vì đối tượng nhận thức quá khác nhau. Với những ai chỉ nhằm mục đích giải thoát luân hồi cho riêng bản thân mình, thì sự giải thoát đó chỉ đơn thuần là dứt trừ các cảm xúc phiền não. Với một động cơ vị tha hơn, chúng ta sẽ hướng đến quả vị Phật với sự dứt trừ cả những cảm xúc phiền não và những chướng ngại [không cho ta đạt đến] nhất thiết trí. Vì thế, sự tu tập trong trường hợp thứ hai này sẽ dũng mãnh hơn và thậm chí cũng tích lũy nhiều công đức mạnh mẽ hơn.

Bản chất của tâm [Bồ-đề] vị tha là quý giá và mầu nhiệm. Đôi khi ta có thể ngạc nhiên tự hỏi, làm sao mà tâm thức con người lại có thể phát triển những điều [nhiệm mầu] đến như thế. Thật tuyệt vời và kỳ diệu khi [người ta có thể] quên đi bản thân mình và trân trọng, quan tâm đến mọi chúng sinh khác, yêu quý mỗi chúng sinh như chính bản thân mình. Tất cả mọi người đều phải cảm kích trước một thiện cảm nhiệt thành đến như thế. Nếu có ai đó bày tỏ những thiện cảm nồng nhiệt với ta, ta sẽ thấy hạnh phúc biết bao. Nếu chúng ta có thể bày tỏ những thiện cảm nồng nhiệt đối với mọi chúng sinh khác, đây sẽ là điều tốt đẹp nhất trong cõi luân hồi cũng như trong cảnh giới Niết-bàn. Đây là nguồn hạnh phúc chân thật. Nếu quý vị phát triển dù chỉ một chút kinh nghiệm nhỏ nhoi [về tâm Bồ-đề vị tha] này, điều đó sẽ hữu ích cho quý vị, sẽ mang lại cho quý vị sự an ổn trong tâm thức và nội lực mạnh mẽ. Đây sẽ là cách phòng vệ [bản thân] tốt nhất, là nền tảng tốt nhất để chiến đấu [với những cảm xúc phiền não và những chủng tử của chúng]. Tâm Bồ-đề này cũng có công năng như người thầy dẫn dắt ta, như người bạn và là người bảo hộ tốt nhất cho ta. Vì thế, tâm Bồ-đề quả thật là điều rất tốt đẹp.

Chúng ta đã đề cập qua về cấu trúc giáo lý căn bản mà từ đó quý vị có thể rút ra kết luận rằng: việc phát triển một tâm thức tốt đẹp [như tâm Bồ-đề vị tha] là điều có thể làm được. Các vị học giả [Phật giáo] vĩ đại ở Ấn Độ đã đề ra 2 phương cách để thực hiện điều đó. Phương pháp thứ nhất là nhờ thực hành theo 7 chỉ dẫn tinh yếu về nhân quả,[1] và phương pháp thứ hai là nhờ quán chiếu bình đẳng

---

[1] Bảy chỉ dẫn tinh yếu này bao gồm: (1) nhận biết tất cả chúng sinh như bạn bè thân hữu, (2) suy ngẫm về lòng tốt của tất cả chúng sinh, (3) phát triển sự quan tâm đáp lại lòng tốt như thế của tất cả chúng sinh, (4) phát khởi tâm từ ái, (5) phát khởi tâm bi mẫn, (6) phát khởi quyết tâm mạnh mẽ nhận về mình mọi trách nhiệm [đối với chúng sinh] (7) phát khởi khuynh hướng vị tha hướng đến sự giác ngộ. Mục đích thực hành theo 7 chỉ dẫn này là để tạo ra và nuôi dưỡng một khuynh hướng nhận thức bình đẳng và bi mẫn đối với tất cả chúng sinh.

[và hoán đổi giữa] bản thân ta với mọi người khác.

Để làm sinh khởi một ý niệm vị tha mạnh mẽ như tâm Bồ-đề, điều cần thiết là phải khởi sinh một tâm nguyện phi thường, hay một quyết tâm cao độ, nhận lấy về mình trọng trách cứu giúp mọi chúng sinh khác. Và muốn khơi dậy tâm nguyện phi thường này, chúng ta cần phải có lòng bi mẫn, thôi thúc ta không thể nào khoanh tay đứng nhìn mà không làm một điều gì đó để cứu giúp những chúng sinh đang chịu đựng khổ đau. Cho dù những chúng sinh [mà ta nhìn thấy đó] đang hiển nhiên chìm trong khổ đau, hoặc là đã hội đủ các nhân duyên để rồi chắc chắn sẽ phải rơi vào khổ đau, nhưng nếu ta không có một lòng bi mẫn với sự rung động tận đáy lòng về sự khổ đau đó, thì sẽ không thể phát khởi quyết tâm vĩ đại [để cứu giúp tất cả chúng sinh] như vừa nói trên. Bằng kinh nghiệm của chính bản thân mình, [ta thấy] rõ ràng là việc khởi sinh lòng bi mẫn sẽ dễ dàng hơn đối với những ai tương hợp cùng ta, tức là những người mà ta thấy yêu thích hay hợp ý. Vì thế, trước khi phát khởi được tâm đại bi thì điều thiết yếu là phải có một phương cách để đưa tất cả chúng sinh [trong cách nhìn của ta] vào cùng một nhóm tương hợp [với ta]. Theo đó thì phương cách này chính là sự rèn luyện để có thể nhìn tất cả chúng sinh theo như cách mà quý vị vẫn dành cho người thân thiết nhất của mình, cho dù chúng sinh đó là cha mẹ, là người trong thân tộc hay là bất kỳ một người [xa lạ] nào khác. Và để có thể nhìn tất cả chúng sinh theo cách [bình đẳng] như thế, điều thiết yếu là ta phải nhìn tất cả theo một khuynh hướng tâm thức bình đẳng như nhau. Ở đây, việc sử dụng trí tưởng tượng hình dung sẽ hữu ích. Hãy hình dung ngay trước mặt quý vị là một người rất thân thiết, cùng với một người nào đó mà quý vị không ưa thích, và ở giữa là một người mà quý vị không ghét cũng không yêu, và rồi hãy khảo sát từng loại cảm xúc mà quý vị khởi sinh tương ứng với 3 người này.

Khuynh hướng tự nhiên là khi hình dung như vậy, quý vị sẽ cảm thấy gần gũi với người thân thiết, cảm thấy xa cách hoặc thậm chí đôi khi là sân hận hoặc bực tức với kẻ thù nghịch, và đối với người mà quý vị không yêu cũng không ghét thì không có cảm xúc gì khởi lên cả. Chúng ta nhất thiết phải khảo sát điều này. Theo quan điểm đạo Phật thì có vô số kiếp tái sinh. Rất có thể trong quá khứ người bạn hiện nay đã từng là kẻ thù nghịch tồi tệ nhất của ta. Và hiện nay, con người đang là thù nghịch với ta đó rất có thể là trong quá khứ đã từng là một trong những người thân yêu nhất của ta. Và trong tương lai cũng vậy, không có lý do gì để một kẻ thù nghịch sẽ mãi mãi là thù nghịch, hay một người thân thiết sẽ mãi mãi là thân thiết. Không có một sự đảm bảo nào như thế cả, dù là ngay trong kiếp sống này. Một người thân thiết hôm nay cũng có thể sẽ thay đổi trong một thời gian ngắn. Điều này là rất rõ ràng, từ kinh nghiệm trong gia đình, và đặc biệt là trong môi trường chính trị: hôm nay là một người bạn tốt, đồng minh tốt, nhưng ngày mai [có thể] là đối thủ tệ hại nhất.

Về căn bản thì cấu trúc cuộc đời chúng ta vốn đã là không ổn định, đôi khi ta thành công, đôi khi ta thất bại, và mọi sự việc không ngừng biến đổi. Vì thế, những cảm xúc đối với người thân thiết và kẻ thù nghịch [như ta đang khảo sát], có vẻ như hết sức chắc thật và ổn định, nhưng thật ra là hoàn toàn sai lầm. Không có lý do gì để thừa nhận một sự chắc thật và ổn định như thế, vì điều đó thực sự là ngốc nghếch. Sự suy xét như vậy sẽ dần dần giúp cho khuynh hướng [nhận thức] của quý vị đối với tất cả mọi người trở nên bình đẳng.

Tiếp theo, hãy suy ngẫm rằng dù sớm hay muộn thì kẻ thù nghịch của quý vị cũng sẽ trở thành một người bạn tốt. Vì thế, nếu [ngay bây giờ] quý vị [có thể] nhìn cả ba người [đang được hình dung] đó như những người bạn thân thiết thì sẽ tốt hơn. Chúng ta cũng có thể khảo xét về kết quả [tai hại] nếu như ta bộc lộ sự thù ghét. Điều đó rất rõ ràng. [Ngược lại,] nếu ta cố gắng khởi lòng bi mẫn đối với cả 3 người này thì chắc chắn là kết quả sẽ tốt đẹp. Như vậy, nếu ta nuôi dưỡng một khuynh hướng bi mẫn, bình đẳng [với mọi người] thì sẽ tốt đẹp hơn nhiều.

Sau đó, hãy thử [vận dụng điều này] hướng đến người láng giềng sống bên trái nhà bạn, rồi tiếp đến là người ở nhà bên phải, và cứ vậy mà tiếp tục. Như thế, rồi quý vị sẽ mở rộng dần ra đến tất cả mọi người trong thành phố, trong cả địa hạt, và rồi cả đất nước, cho đến cả châu lục rồi đến tất cả mọi người trên thế giới, và cuối cùng là hướng đến vô số chúng sinh hữu tình. Đó là cách thức để thực hành theo phương pháp thứ nhất, [tức là 7 chỉ dẫn tinh yếu về nhân quả].

Phương pháp thứ hai là [quán chiếu] bình đẳng và hoán đổi giữa bản thân ta với mọi người khác. Hãy khảo xét xem giữa bản thân ta và tất cả những người khác thì bên nào quan trọng hơn? Ta chỉ có một, trong khi có đến vô số người khác. Cả ta và người khác đều mong cầu hạnh phúc và không muốn chịu khổ đau. Cả ta và người khác đều hoàn toàn có quyền mưu cầu hạnh phúc, khắc phục khổ đau, vì tất cả đều là chúng sinh hữu tình, là những thành viên trong cộng đồng các chúng sinh hữu tình. Nếu ta hỏi rằng: "Vì sao tôi có quyền được hưởng hạnh phúc?" Lý do chính yếu là vì ta mong muốn hạnh phúc, và không còn bất kỳ lý do nào khác nữa. Có một cảm nhận tự nhiên về "cái tôi", dựa trên nền tảng đó mà chúng ta mong cầu hạnh phúc, đó là một nhận thức đúng đắn. Và cũng trên nền tảng đó, ta nói rằng ta hoàn toàn có quyền được hạnh phúc. Đó là điều mà ta gọi là nhân quyền, hay quyền con người, và cũng là quyền của tất cả chúng sinh hữu tình. Về khả năng khắc phục khổ đau, [ta và tất cả mọi người khác] cũng đều như nhau, điều khác biệt duy nhất là, ta chỉ là một chúng sinh riêng lẻ, trong khi những người khác chiếm đa số [tuyệt đối]. Kết luận ở đây thật rõ ràng, trong bối cảnh xem xét là tất cả chúng sinh thì chỉ một chúng sinh riêng lẻ không phải là quan trọng.

Sau đây là những gì chính bản thân tôi đang thực hành và thỉnh thoảng vẫn chia sẻ với những người khác: Hãy hình dung bên cạnh quý vị là một "cái tôi" ích kỷ quen thuộc, và bên khác là một nhóm những người nghèo khổ cần giúp đỡ. Bản thân quý vị hãy giữ vai trò đứng giữa, hay một người thứ ba. Và hãy phán xét xem bên nào là quan trọng hơn để quý vị hướng về, liệu đó sẽ là "cái tôi" ngốc nghếch, ích kỷ chỉ biết đến riêng mình, hay là những người nghèo khổ, tuyệt vọng đang cần cứu giúp? Với một trái tim nhân đạo thì điều tự nhiên là quý vị sẽ hướng về những người nghèo khổ. Suy nghĩ như vậy sẽ giúp quý vị nuôi lớn khuynh hướng vị tha, và khi ấy quý vị sẽ nhận ra rằng cách ứng xử ích kỷ là xấu xa như thế nào. Thật ra thì cho đến giờ này, chính bản thân quý vị vẫn đang ứng xử theo cách [ích kỷ] như thế. Nhưng nếu có ai đó bảo rằng quý vị là người xấu, thì quý vị sẽ đùng đùng nổi giận. Vì sao vậy? Bởi lý do chính là quý vị không hề muốn làm người xấu. Mọi việc đều do chính quý vị quyết định. Nếu ứng xử như một người tốt thì quý vị sẽ trở thành người tốt. Và nếu quý vị là người tốt, thì không ai có thể đặt quý vị vào cùng nhóm với những người xấu. Suy ngẫm về điều này sẽ cực kỳ hữu ích trong việc phát triển tâm vị tha.

Đó là một cách để tu tập. Nhiều người trong quý vị rất có thể đã từng nghe tôi nói chuyện về hòa bình thế giới, hay về gia đình hòa thuận, đất nước an bình. Nguồn gốc chính yếu của những điều đó là tâm vị tha, bi mẫn và từ ái. Trong tất cả các tôn giáo lớn, điều cốt yếu vẫn là tình thương và lòng nhân ái. Và việc suy ngẫm càng nhiều càng tốt những lý do khác nhau [như đã trình bày trên] sẽ giúp quý vị phát triển một sự tin chắc, hay quyết tâm kiên định. Với quyết tâm đó và sự nỗ lực trong từng ngày, từng tháng, từng năm, quý vị sẽ có thể hoàn thiện chính mình. Và với động cơ [vị tha] như thế thì mọi hành vi [của quý vị] đều sẽ tích lũy vô lượng công đức tốt đẹp, cho dù chỉ là việc đi lại, nói năng, ăn uống... hay là bất kỳ việc gì.

Thực hành sáu pháp ba-la-mật

Bây giờ, nhìn từ quan điểm đạo Phật thì làm thế nào ta có thể giúp đỡ người khác? Có thể dùng cách giúp đỡ vật chất, chẳng hạn như thức ăn, quần áo, nơi cư trú... nhưng sự giúp đỡ đó có giới hạn. Vật chất không mang lại sự thỏa mãn hoàn toàn cho quý vị; cũng vậy, nó không thể giúp người khác hoàn toàn thỏa mãn. Vì thế, cũng giống như quý vị được hoàn thiện nhờ vào sự tu tập, và thông qua việc dần dần làm thanh tịnh tâm ý mà quý vị ngày càng có được nhiều hạnh phúc hơn, thì mọi người khác cũng đều giống như vậy. Để người khác có thể hiểu được những gì họ cần phải chấp nhận và thực hành để đạt được [hạnh phúc] như vậy, và những gì họ nên từ bỏ không làm nữa, thì quý vị phải có đầy đủ khả năng giảng giải [cho họ] về những chủ đề này. Chúng sinh có vô số khác biệt về nghiệp thức, sở thích, khuynh hướng tiềm tàng và nhiều điều khác, nếu không phát triển những công hạnh cao quý của *thân* (hành động) và *khẩu* (lời nói) cho thật phù hợp, hoàn toàn đúng với những gì mà người khác đang cần, thì quý vị không thể đưa ra một sự giúp đỡ trọn vẹn. Và không có cách nào để làm được như vậy trừ phi quý vị đã vượt qua được những che chướng để đạt đến *nhất thiết trí*, thấu hiểu được mọi việc. Chính trong ý nghĩa mong muốn cứu giúp tất cả chúng sinh mà ta mới nỗ lực để đạt đến quả vị Phật, tức là vượt qua hết mọi che chướng đối với *nhất thiết trí.*

Những việc làm từ thiện, bố thí là để rèn luyện một khuynh hướng thật rộng lượng từ trong tận đáy lòng mình, cho đến mức không hề mong cầu cho bản thân mình bất kỳ một kết quả hay ảnh hưởng nào [của những việc làm đó].

Trong sự tu tập giới hạnh Bồ Tát thì pháp tu chủ yếu là chế ngự khuynh hướng ích kỷ, mong cầu lợi lạc cho riêng mình. Pháp tu này sẽ đưa đến những hành vi chẳng hạn như tham gia bố thí, từ thiện, và như thế giúp ta hạn chế tối đa nguy cơ gây hại đến người khác. Để tu tập pháp bố thí một cách đúng đắn, chúng ta không được làm bất kỳ điều gì gây tổn hại đến người khác. Vì thế, để cho bố thí trở thành pháp tu hoàn toàn hữu ích [cho người khác], chúng ta cần có giới hạnh Bồ Tát để chế ngự sự ích kỷ.

Để có giới hạnh thanh tịnh, điều cần thiết là phải nuôi dưỡng hạnh nhẫn nhục. Muốn tu tập pháp [quán chiếu] bình đẳng và hoán đổi giữa bản thân ta với mọi người khác thì [việc tu tập] nhẫn nhục là điều đặc biệt quan trọng. Trong sự tu tập, sẽ vô cùng hữu ích nếu quý vị vận dụng những phương pháp mà ngài Tịch Thiên (Shantideva)[1] đã chỉ dẫn trong sách Nhập Bồ Tát hạnh, ở cả chương về nhẫn nhục (chương 6) và chương về thiền định (chương 8). Sự tu tập nhẫn nhục thiết lập nền tảng cho việc [quán chiếu] bình đẳng giữa ta và người khác. Đó là vì trong sự phát khởi tâm Bồ-đề thì khó khăn lớn nhất là việc phát triển cảm xúc thương yêu và thân thiết với những kẻ thù nghịch. Khi ta nghĩ đến những kẻ thù nghịch trong ý nghĩa tu tập nhẫn nhục, thì chẳng những kẻ thù không phải là người gây hại

---

[1] Ngài Tịch Thiên (寂天, **Śāntideva**) được cho là sống vào khoảng thế kỷ 7 - 8, là một cao tăng và là đại luận sư thuộc Trung Quán tông. Ngài để lại các tác phẩm quan trọng là Đại thừa Tập Bồ Tát học luận (Śikṣāsamuccaya) và Nhập bồ-đề hành luận (Bodhicaryāvatāra). Ngoài ra còn có Tập kinh luận (Sūtrasamuccaya) đã thất bản, nhưng theo Pháp sư Thánh Nghiêm thì sách này được dịch sang Hán ngữ với tên Đại thừa bảo yếu nghĩa luận (大乘寶要義論), 10 quyển, do nhóm của ngài Pháp Hộ dịch vào đời Tống. Tác phẩm Nhập Bồ-đề hành luận được lưu truyền rất rộng rãi, gần đây đã có một số bản dịch sang tiếng Việt với các tên Bồ Tát hạnh (Thích Trí Siêu dịch), Nhập Bồ Tát hạnh (Thích Nữ Trí Hải dịch), Nhập hạnh Bồ Tát (Nguyên Hiển dịch)... Trong Đại chánh tạng thì có bản dịch Hán ngữ với tên Bồ-đề hạnh kinh (菩提行經) do ngài Thiên Tức Tai dịch vào đời Tống. Bản dịch Anh ngữ có tên là *A Guide to the Bodhisattva's Way of Life.*

cho ta, mà ngược lại còn được xem là người giúp ích [trong sự tu tập của ta].

Quý vị sẽ nhận ra rằng, "Nếu như không có một ai đó gây hại cho ta, thì sẽ không có cách nào để ta có thể nuôi dưỡng hạnh nhẫn nhục đối với sự xâm hại bản thân mình." Cho nên nói rằng: "Có rất nhiều chúng sinh để ta thực hành bố thí [cho họ], nhưng rất hiếm người là đối tượng để ta thực hành nhẫn nhục." Chẳng phải điều gì hiếm có hơn thì giá trị cao hơn đó sao? Thật ra thì những người được gọi là "thù nghịch" đó là rất tử tế [với ta]. Nhờ tu tập nhẫn nhục mà lực công đức của ta được tăng trưởng, và sự tu tập đó có thể thực hiện hay không là tùy thuộc [vào việc có] kẻ thù nghịch với ta [hay không]. Vì thế, một kẻ thù nghịch không ngăn cản sự tu tập Giáo pháp; thay vì vậy, người ấy đang giúp ích cho ta.

Trong Nhập Bồ Tát hạnh, ngài Tịch Thiên có nêu lên một phản biện giả định rằng: *"Thế nhưng, kẻ thù nghịch nào có động cơ, ý định giúp ích cho ta đâu?"* Và ngài trả lời rằng, một sự việc được xem là hữu ích không cần thiết phải có động cơ, ý định giúp ích. Chẳng hạn như Diệt đế hay sự giải thoát, tức là chân lý thứ 3 trong Tứ diệu đế, là cực kỳ hữu ích cho chúng ta, nhưng sự giải thoát ấy không hề có động cơ, ý muốn [giúp ích]. Cho dù một kẻ thù nghịch không hề có mong muốn giúp đỡ ta, nhưng biết trân quý [sự giúp ích của] người ấy vẫn là hợp lý.

Và ngài lại phản biện tiếp rằng: *"Thế nhưng, ít ra thì Diệt đế hay sự giải thoát kia cũng không hề có ý muốn gây hại cho ta. Ngược lại, trong khi kẻ thù nghịch với ta tuy cũng không có ý muốn giúp đỡ, giống như sự giải thoát, nhưng lại [khác biệt là] quả thật có ý muốn hãm hại ta."* Rồi ngài biện giải điều này rằng, chính vì người ấy có ý muốn hãm hại ta nên họ mới trở thành kẻ thù nghịch, và ta cần thiết phải có kẻ thù như vậy mới có thể tu tập hạnh nhẫn nhục. Một người nào khác, chẳng hạn như thầy thuốc, không hề có ý muốn làm hại ta, lại cố gắng giúp đỡ ta, thì không thể tạo ra tình huống để ta tu tập phát triển hạnh nhẫn nhục. Vì thế, đây chính là kinh nghiệm của chư Đại Bồ Tát xưa kia cũng như lập luận của các ngài, [là phương tiện] hết sức hữu hiệu [trong sự tu tập]. Khi suy xét theo cách này thì chỉ những ai quá cố chấp và ngang bướng mới ôm giữ lòng ích kỷ, bởi chẳng có lý do gì để biện minh cho điều đó cả, trong khi lại có vô vàn lý do để ta nên quan tâm thương yêu chăm sóc người khác.

Một biểu hiện quan trọng khác của tâm nhẫn nhục, hay nhẫn nại, là tự nguyện chấp nhận khổ đau. Khi khổ đau còn chưa sinh khởi thì điều quan trọng là phải tu tập các pháp môn để ngừa tránh, nhưng một khi khổ đau đã sinh khởi thì không nên xem đó như một gánh nặng, mà nên xem đó như điều hữu ích, có thể trợ giúp quý vị [trong sự tu tập].

Một cách quán chiếu khác nữa là, thông qua việc chịu đựng những khổ đau trong đời này mà ta có thể chế ngự được nghiệp lực của những chủng tử bất thiện đã tích lũy trong những đời trước. Khổ đau cũng giúp quý vị thấy được những lỗi lầm tai hại của sinh tử luân hồi. Càng thấy rõ được những tai hại này, quý vị sẽ càng lánh xa các hành vi tạo nghiệp bất thiện. Khổ đau cũng giúp quý vị thấy được tính ưu việt của sự giải thoát. Thông qua kinh nghiệm khổ đau của chính mình, quý vị sẽ có khả năng nhận hiểu được sự đau khổ của mọi chúng sinh khác như thế nào, và nhờ đó mà phát khởi lòng bi mẫn. Khi suy xét về khổ đau theo cách như vậy, hầu như chắc chắn quý vị sẽ cảm thấy rằng [việc nhận lãnh] khổ đau là một cơ hội tốt để tu tập và quán chiếu nhiều hơn.

Và pháp ba-la-mật tiếp theo là tinh tấn, là pháp rất quan trọng. Sự nỗ lực tinh tấn giống như áo giáp [bảo vệ ta]..., tạo ra một tâm nguyện sẵn sàng tu tập tinh cần qua nhiều đời nhiều kiếp nếu cần, để mang lại sự tăng tiến [trên đường tu tập]. Tâm nguyện này cực kỳ hữu ích trong việc [giúp ta] tránh được sự bực dọc, mất kiên nhẫn hay phấn khích trong một tình huống nhỏ nhặt nhất thời nào đó. Và còn hai pháp ba-la-mật tiếp theo nữa là thiền định và trí tuệ.

Hành trì Mật tông

Trong ý nghĩa vị tha thì *Lục ba-la-mật* là các pháp tu tập nhằm trưởng dưỡng tâm thức của chính mình, và *Tứ nhiếp pháp*[1] là các pháp tu tập nhằm trưởng dưỡng tâm thức của mọi chúng sinh khác. Trong sáu pháp ba-la-mật, mỗi pháp về sau lại càng khó thành tựu hơn và quan trọng hơn pháp trước đó.[2] Hai pháp ba-la-mật cuối cùng là thiền định và trí tuệ. Trong phạm vi ý nghĩa của

---

[1] Tứ nhiếp pháp (四攝法) hay Bốn phương pháp thu phục lòng người, bao gồm: 1. Bố thí nhiếp (布施攝): dùng sự bố thí để thu phục lòng người, sau đó mới dẫn dắt họ theo Chánh đạo; 2. Ái ngữ nhiếp (愛語攝): dùng lời nói ôn hòa, êm dịu và đúng thật để chinh phục người, sau đó mới dẫn dắt họ theo Chánh đạo; 3. Lợi hành nhiếp (利行攝), dùng hành động mang đến lợi lạc, giúp đỡ người khác để thu phục lòng người, sau đó mới dẫn dắt họ theo Chánh đạo; 4. Đồng sự nhiếp (同事攝): cùng cộng tác, làm việc chung một cách hòa hợp để chinh phục lòng người, sau đó mới dẫn dắt họ theo Chánh đạo.

[2] Lục ba-la-mật (六波羅蜜) hay sáu pháp ba-la-mật vừa được giảng giải ở phần trên. Trình tự trước sau mà đức Đạt-lai Lạt-ma đề cập ở đây là: 1. Bố thí ba-la-mật, 2. Trì giới ba-la-mật, 3. Nhẫn nhục ba-la-mật, 4. Tinh tấn ba-la-mật, 5. Thiền định ba-la-mật, 6. Trí tuệ ba-la-mật. Tuy nhiên, theo một quan điểm khác thì sáu pháp này được tu tập đồng thời và hỗ tương cho nhau. Chẳng hạn, trong tu tập bố thí hay trì giới cũng phải có tinh tấn thì mới đạt hiệu quả cao, hoặc trong tu tập trì giới vốn cũng đã bao hàm nhẫn nhục v.v...

Kinh thừa thì có 37 pháp trợ đạo[1] để giúp ta đạt đến sự giải thoát, và như trong *Hiện quán Trang nghiêm luận* của ngài Di-lặc thì có rất nhiều con đường tu tập khác nhau để đạt đến quả Phật. Căn bản của tất cả những điều này là thiền định, tức là sự hợp nhất giữa một tâm thức an định với tuệ giác nội quán. Mật thừa (hay Mật chú thừa) là một phương tiện để nhanh chóng đạt đến trạng thái thiền định đó theo một cách thức mãnh liệt. Theo [kinh văn] Đại thừa thì căn bản của sự tu tập là tâm Bồ-đề[2] và chánh kiến thấy rằng tất cả các pháp không hề tự chúng

---

[1] Ba mươi bảy pháp trợ đạo (Tam thập thất trợ đạo chi pháp): cũng gọi là Ba mươi bảy phẩm đạo (Tam thập thất đạo phẩm), Ba mươi bảy phần Bồ-đề (Tam thập thất Bồ-đề phần), Ba mươi bảy phần giác ngộ (Tam thập thất giác phần). Ba mươi bảy pháp này đại lược gồm có: Bốn niệm xứ (Tứ niệm xứ), Bốn chánh cần (Tứ chánh cần), Bốn như ý túc (Tứ như ý túc), Năm căn (Ngũ căn), Năm sức (Ngũ lực), Bảy phần giác (Thất giác phần) và Tám thánh đạo (Bát thánh đạo).

[2] Nguyên bản dùng "the altruistic intention to become enlightened", hiểu theo sát nghĩa là " tâm nguyện vị tha cầu giác ngộ". Trong nhiều bài giảng khác, đặc biệt là trong "Phát tâm Bồ-đề" (NXB Tôn giáo, 2009 - Phan Châu Pha Việt dịch), đức Đạt-lai Lạt-ma đã giảng giải rất rõ về khái niệm này: Đó là tâm nguyện cầu đạt giác ngộ không phải vì để giải thoát tự thân, mà vì hướng đến sự lợi lạc cho tất cả chúng sinh, để có được khả năng cứu giúp hết thảy chúng sinh. Tâm nguyện này chính là tâm Bồ-đề mà người tu tập theo Đại thừa phải phát khởi trước tiên như một nền tảng căn bản để bắt đầu sự tu tập theo Bồ Tát hạnh. Thuật ngữ "tâm Bồ-đề" là một khái niệm rất quen thuộc trong kinh văn Hán tạng và để diễn giải đầy đủ thì không thể dùng một vài cụm từ ngắn gọn. Do đó, chúng tôi chọn cách giữ nguyên thuật ngữ này để dịch.

tồn tại dựa vào tự tánh sẵn có. Sự vĩ đại của Mật chú thừa là nhờ vào phương thức [đạt đến] thiền định. Vì thế, thậm chí đã có người nói rằng các bản văn của Mật chú thừa được bao gồm trong Kinh tạng.

Vậy thì, làm thế nào mà Mật chú thừa lại có được một phương thức đặc thù và thâm diệu để thúc đẩy nhanh [tiến trình đạt đến] thiền định, vốn là sự hợp nhất giữa định và tuệ?

Với tâm Bồ-đề, hành giả hướng đến một quả vị Phật bao gồm Pháp thân chân thật, là sự thành tựu viên mãn an lạc tự thân, và Sắc thân, là sự thành tựu viên mãn an lạc cho tất cả chúng sinh. Trong 2 thân Phật ấy, hành giả đặc biệt hướng đến Sắc thân nhiều hơn để làm lợi lạc cho chúng sinh. Các Sắc thân của một vị Phật luôn có đủ những tướng hảo của thân Phật, và trong hệ thống [tu tập theo] Kinh thừa thì hành giả phát triển sắc thân Phật bằng cách thực hành sáu pháp ba-la-mật do sự thôi thúc của lòng đại bi và tâm Bồ-đề. Nét đặc thù của Mật chú thừa là ngoài các pháp tu tập đó, hành giả còn vận dụng thêm một pháp môn có phẩm tính tương tự như Sắc thân mà hành giả đang nỗ lực đạt đến. Những gì mà hành giả đang tu tập là phù hợp về phẩm tính với kết quả mà hành giả đang nỗ lực để đạt được. Trong phạm vi ý nghĩa này thì một trong những đặc điểm của Mật chú thừa là sự hợp nhất bất khả phân giữa phương tiện và trí tuệ.

Trong hệ thống kinh điển Đại thừa, trí tuệ được kết hợp với phương tiện, hoặc chịu ảnh hưởng bởi phương tiện, và phương tiện cũng được kết hợp hoặc chịu ảnh hưởng bởi trí tuệ. Tuy thế, 2 yếu tố này không được trình bày như [cùng] hiện hữu trong một niệm tưởng duy nhất của tâm thức.

Làm thế nào mà trong Mật chú thừa lại có sự [hợp nhất] bất khả phân giữa phương tiện và trí tuệ? Trong Mật chú thừa có pháp tu tập Du-già Bổn tôn, trong đó hành giả quán tưởng hay hình dung một sắc tướng thiêng liêng [của vị bổn tôn], thuộc về những hiển tướng của tâm đại bi vô lượng, và thông qua [sự quán tưởng] sắc tướng thiêng liêng này mà có sự tích lũy phước đức. Cũng chính niệm tưởng đó [đồng thời] nhận biết rõ rằng sắc tướng của vị bổn tôn kia không hề tự nó tồn tại dựa vào tự tánh sẵn có, và do [sự nhận biết] đó mà hành giả được tăng trưởng trí tuệ.[1] Đây là cách thức mà trong một niệm tưởng [của hành giả] có sự [hợp nhất] bất khả phân giữa phương tiện và trí tuệ. Mặc dù phương tiện và trí tuệ vẫn là khác biệt về mặt khái niệm, nhưng cả hai [đồng thời] hiện hữu trong một niệm tưởng duy nhất của tâm thức [hành giả].

Loại sắc tướng thiêng liêng mà tôi vừa nói đến không phải là kiểu thánh thể thiêng liêng [theo nghĩa] thông thường của một đấng [thần linh] nào đó, mà đúng hơn thì ở đây là hình ảnh của chính bản thân vị hành giả du-già trong sắc tướng thiêng liêng, vừa mới bắt đầu được [vị ấy] nuôi dưỡng trong

---

[1] Ở đây có sự tương đồng với khái niệm "phước tuệ song tu" trong Hán tạng.

thiền quán. Hình ảnh này hiện ra trong chính tâm thức của hành giả. Vì thế, khi một hành giả du-già quán tưởng tự thân mình như một vị bổn tôn, và quán xét hay nhận biết được tánh Không của sắc tướng thiêng liêng [của vị bổn tôn] ấy, vốn không hề tự nó tồn tại dựa vào tự tánh sẵn có, tôi nghĩ chắc chắn phải có sự khác biệt nhỏ nào đó trong lực tác động của tâm thức hành giả, do nơi đối tượng [quán tưởng] đặc biệt [là sắc tướng thiêng liêng của vị bổn tôn được chọn], vốn là cơ sở [để vị ấy chứng ngộ] tánh Không.

Trong hệ thống kinh điển Đại thừa, không có bất kỳ pháp môn đặc biệt nào mà khi tu tập hành giả có dụng tâm cố gắng duy trì sự hiển hiện của đối tượng, tức là cơ sở mà hành giả đang sử dụng để quán xét tánh Không [của nó]. Trong khi đó, với Mật thừa thì hành giả được rèn luyện đặc biệt để duy trì sự hiển hiện của sắc tướng thiêng liêng ngay trong lúc đang nhận biết rõ ràng về sự không tồn tại dựa vào tự tánh sẵn có của sắc tướng thiêng liêng ấy.

Có một điểm rất quan trọng ở đây là việc quán tưởng sắc tướng thiêng liêng và nhận biết rõ ràng tánh Không của sắc tướng ấy, vốn không hề tồn tại dựa vào tự tánh sẵn có, [diễn ra đồng thời] trong [cùng] một [niệm tưởng của] tâm thức. Tâm thức được mô tả như khía cạnh được nhận hiểu: chính cái [tâm thức] có khía cạnh được nhận hiểu đó lại đang hiển lộ như một vị bổn tôn, ngay trong lúc đang nhận biết tánh Không của bổn tôn ấy.

Còn một dạng [hợp nhất] bất khả phân giữa phương tiện và trí tuệ thậm chí còn thâm diệu hơn nữa. Những sự hợp nhất này là [kết quả của] các [pháp môn] hành trì với nhiều nỗ lực, và có một dạng đặc biệt của sự [hợp nhất] bất khả phân giữa phương tiện và trí tuệ là kết quả sự chú tâm nhấn mạnh mà một hành giả du-già hướng vào những vị trí quan trọng [trên cơ thể]. Tùy theo dạng thể chất vị hành giả du-già hướng sự tập trung vào mà có sự khác biệt về dạng [hợp nhất] bất khả phân giữa phương tiện và trí tuệ. Trong Tối thượng Du-già Mật thừa, [dạng] thể chất [được chú tâm vào] là khí cực vi tế và tâm thức cực vi tế. Tự thân dạng thể chất [cực vi tế] này vốn đã là một sự hợp nhất bất khả phân. Để thực hành ở cấp độ này thì điều thiết yếu là phải mạnh mẽ ức chế các mức độ thô trược hơn của khí và tâm thức. Có nhiều phương pháp khác nhau được giảng dạy để giúp hướng sự chú tâm nhấn mạnh vào các vị trí khác nhau trong cơ thể... Đây là pháp tu tập về các kinh mạch, khí và các giọt tinh chất của thể dịch.

Thông thường thì khi nuôi dưỡng tuệ giác nội quán, cách thiền quán xét phân tích (*quán* - 觀) được nhấn mạnh. Nhưng trong Tối thượng Du-già Mật thừa, do những phương pháp đặc thù như trên nên cách thiền an định (*chỉ* -止) lại chính là điều được nhấn mạnh khi nuôi dưỡng tuệ giác nội quán. Ở những mức độ thô trược của tâm thức, khi muốn nhận hiểu rõ ràng một điều gì thì việc phân tích và khảo xét là cần thiết. Nhưng khi hành giả có dụng tâm làm hiển lộ các mức độ vi tế hơn của tâm thức (khác với khi những mức độ tâm thức này được hiển lộ một cách tự nhiên do nghiệp lực, [chẳng hạn như vào thời điểm lâm chung]), thì những mức độ tâm thức vi tế này (tức là những trạng thái mà các tâm thức thô trược đã bị ngăn dứt) là rất mạnh mẽ, có khả năng nhận hiểu rõ ràng mọi ý nghĩa và đối tượng. Nếu vào lúc đó hành giả tiến hành việc quán xét phân tích, điều đó sẽ ngăn trở [tâm thức ở] mức độ vi tế và hành giả sẽ rơi trở lại một mức độ [tâm thức] thô trược hơn. Vì thế, vào lúc đó hành giả [Tối thượng Du-già Mật thừa] sẽ không quán xét phân tích mà nhấn mạnh vào cách thiền an định [tâm thức].

Xét theo dạng thức thiền tập thì Mật Tông Tối Thượng Du Già có 2 phương pháp. Một phương pháp nhấn mạnh vào khí cực vi tế, trong khi phương pháp còn lại nhấn mạnh vào cả khí cực vi tế và tâm cực vi tế, nhưng đều là để thành tựu thân Phật. Trong hầu hết các tantra của những trường phái Tân dịch,[1] như tantra Bí mật tập hội (Guhyasamaja), tantra Thắng nhạc (Chakrasamvara)... đều nhấn mạnh vào cả 2 yếu tố khí cực vi tế và tâm cực vi tế nhằm đạt đến sự thành tựu thân Phật, còn phương pháp trong tantra Thời Luân (Kalachakra) lại chỉ nhấn mạnh duy nhất vào tâm cực vi tế. Có vẻ như trong hành trì của các trường phái Mahamudra (Đại Thủ Ấn) và

---

[1] Các trường phái Tân dịch được nói đến ở đây là Kagyu, Sakya và Gelug.

Dzog-chen (Đại Viên Mãn) cũng chỉ nhấn mạnh chủ yếu vào tâm [cực vi tế].

[Nếu phân chia theo một cách khác thì] nói chung trong Mật Tông Tối Thượng Du Già có sự hành trì nhấn mạnh vào các kinh mạch, khí và giọt [tinh chất]. Trong sự hành trì đó [được phân ra] có nhóm [hành giả] nhấn mạnh vào pháp khí du-già,[1] có nhóm khác lại tập trung phát triển [pháp du-già] tứ hỷ lạc.[2] Lại có nhóm khác nữa không nhấn mạnh vào kinh mạch, khí và giọt [tinh chất], mà nhấn mạnh vào sự duy trì một trạng thái [hoàn toàn] vô niệm, như các hành giả của Đại Thủ Ấn (Mahamudra) và Đại Viên Mãn (Dzog-chen).

---

[1] Tức là pháp du-già vận dụng các dòng năng lượng. Khái niệm khí (wind) được giải thích là "các năng lượng nội tại" hay "nội lực" (internal energies). Pháp khí du-già bao gồm những kỹ năng như là kiểm soát hơi thở (giữ hơi trong lồng ngực)...

[2] Pháp du-già tứ hỷ lạc thuộc giai đoạn thành tựu, được thực hành kết hợp với du-già nội hỏa và một số pháp tu khác, chẳng hạn như kim cang trì tụng... Hành giả trước tiên phải thực hiện đủ 8 giai đoạn của du-già nội hỏa. Hơi nóng phát sinh trong quá trình này làm tan chảy giọt [tinh chất] trắng ở đỉnh đầu, theo kinh mạch trung tâm chảy dần xuống, từ đỉnh đầu đến cổ họng (1), từ cổ họng xuống đến tim (2), từ tim xuống đến rốn (3) và từ rốn xuống đến phần chót cùng của bộ phận sinh dục (4). Tiến trình này mang lại cho hành giả kinh nghiệm hỷ lạc lớn lao tương ứng với từng giai đoạn dịch chuyển. Hành giả cần phải duy trì kinh nghiệm hỷ lạc này song song với sự thiền quán về tánh Không. Sau đó, hành giả tiếp tục tạo ra kinh nghiệm hỷ lạc theo tiến trình ngược lại, nghĩa là từ phần chót cùng của bộ phận sinh dục trở lên rốn, lên tim... (Theo Clear Light of Bliss: The Practice of Mahamudra in Vajrayana Buddhism của Kelsang Gyatso Geshe - Motilal Banarsidass Publisher, 1999, ISBN: 978-8120816664 - trang 107)

Trước khi [một hành giả] bắt đầu tu tập theo Mật tông, điều thiết yếu là [người ấy] phải được thọ nhận lễ quán đảnh. Ý nghĩa của lễ quán đảnh là sự trao truyền [trực tiếp] lực gia trì của dòng truyền thừa [không gián đoạn] từ một người (vị thầy) sang một người khác (đệ tử). Cho dù ta cũng có thể có được lực gia trì ngay cả qua việc đọc [kinh] sách hay những việc khác, nhưng vẫn có một sự khác biệt so với trường hợp một con người đang sống (vị thầy) [trực tiếp] trao truyền lực gia trì cho một người khác (đệ tử). Vì thế, trong Mật chú thừa thì vị Lạt-ma là cực kỳ quan trọng. Hành giả nhất thiết phải cẩn trọng trong việc chọn lựa một vị Lạt-ma [làm thầy mình]. Vị Lạt-ma phải cẩn trọng [khi nhận đệ tử] và người đệ tử cũng phải cẩn trọng [khi chọn thầy]. [Vì thế,] có câu nói rằng: "Khi các hành giả không hành trì theo đúng các pháp thức chân thật, hay đúng đắn, thì đó là dấu hiệu của thời Mạt pháp."

Trong các lễ quán đảnh, có nhiều khác biệt đa dạng. [Trong Phật giáo,] chúng ta vẫn nghe rằng không có thánh thần tạo tác, nhưng giờ đây [khi nói đến] lễ quán đảnh thì lại có rất nhiều vị hộ thần. Vậy những hộ thần này là ai?

Trước đây đã nói rằng, ngay từ khi bắt đầu con đường thực hành Bồ Tát hạnh, hành giả đã phát nguyện và hướng đến một trạng thái [thành tựu Phật quả] để có thể cứu độ cho tất cả chúng sinh hữu tình một cách lớn lao và hiệu quả. Do khuynh hướng, tâm nguyện, mong muốn này, nên khi thành tựu quả Phật, hành giả sẽ tự nhiên mang đến sự cứu độ cho tất cả chúng sinh mà không cần có sự dụng công nỗ lực. Như [trong trường hợp] sự phản chiếu của mặt trăng, cần phải có một nơi nào đó để ánh trăng soi vào thì sự phản chiếu mới xuất hiện, tương tự như vậy, sự hiển lộ tự nhiên các Sắc thân của một vị Phật cũng cần có chúng sinh để ứng hiện. Và hình phản chiếu của mặt trăng có sáng rõ hay không, hoặc lớn hay nhỏ, là tùy thuộc vào [bề mặt của] vật thể mà ánh trăng soi vào. Cũng vậy, các Sắc thân của một vị Phật ứng hiện tự nhiên không cần nỗ lực đối với hành giả, phù hợp theo những mối quan tâm, ý nguyện, lòng tin, nhu cầu... của hành giả ấy.

Với hành giả của 3 lớp tantra thấp hơn,[1] các Sắc

---

[1] Trong một bài giảng khác đức Đạt-lai Lạt-ma có dạy về 4 lớp tantra, bao gồm Tác tantra, Hành Tantra, Du-già tantra và Tối thượng Du-già tantra, tương ứng với sự phân chia Tác Mật thừa, Hành Mật thừa, Du-già Mật thừa và Tối thượng Du-già Mật thừa. Ba lớp tantra đầu được xem là thấp hơn, là nền tảng để dẫn lên Tối thượng Du-già tantra. (Xem Tổng quan về các pháp môn trong Phật giáo Tây Tạng - Đức Đạt-lai Lạt-ma giảng, nguyên tác *A survey of the paths of Tibetan Buddhism*, Nguyễn Minh Tiến dịch và chú giải, NXB Tôn giáo, 2013 - trang 69 - 71) Theo sự phân chia của phái Nyingma Đại Toàn Thiện thì có đến 9 thừa là: (1) Thanh văn thừa - 聲聞乘, (2) Duyên giác thừa (hay Độc giác thừa) - 緣覺乘, (3) Bồ Tát thừa - 菩薩乘, (4) Tác Mật thừa - 作密乘, (5) Hành Mật thừa - 行密乘, (6) Du-già Mật thừa - 瑜伽密乘, (7) Đại Du-già Mật thừa - 大瑜伽密乘, (8) Vô tỷ Du-già Mật thừa - 無比瑜伽密乘, (9) Vô thượng (hay Tối thượng) Du-già Mật thừa - 無上瑜伽密乘. Trong hệ thống phân chia này thì 3 lớp tantra thấp hơn ở đây được gọi là các thừa Ngoại mật, trong khi 3 thừa cao nhất được gọi là Nội mật.

thân Phật hiển lộ trong những phương diện vận dụng ngũ dục[1] của Dục giới như âm thanh... [vào sự tu tập], nhưng không phải trong ý nghĩa khoái lạc sinh khởi từ sự giao hợp nam nữ. Với những hành giả không có khả năng vận dụng ngũ dục vào sự tu tập thì Sắc thân [Phật] sẽ hiển lộ như là một Đại Hóa Thân [Phật],[2] trong hình tướng như một vị tỳ-kheo

---

[1] Ngũ dục, hay 5 sự khoái lạc trong cõi Dục giới, là những khoái lạc mang lại bởi sự thỏa mãn khi 5 căn (mắt, tai, mũi, lưỡi và thân) tiếp xúc với 5 trần cảnh (hình sắc, âm thanh, hương thơm, vị nếm, sự xúc chạm). Theo đức Đạt-lai Lạt-ma thì cả 4 lớp tantra của Mật tông đều có dạy các phương pháp để vận dụng chính các dục vọng (sự khao khát ngũ dục) vào trong sự tu tập, nhưng với các mức độ khác nhau. (Sách đã dẫn trên, trang 69)

[2] Về Hóa thân Phật có nhiều cách giải thích hơi khác biệt nhau nhưng vẫn tương đồng về đại thể. Theo Hoa nghiêm kinh sớ (đời Tùy) thì Hóa thân Phật có 2 dạng là Đại Hóa thân (大化身) và Tiểu Hóa thân (小化身). Đại Hóa thân ứng hiện với các vị Bồ Tát để dẫn dắt, khích lệ các ngài đạt đến quả Phật. Tiểu Hóa thân ứng hiện với hàng Thanh văn, Duyên giác và phàm phu để tạo niềm tin và dẫn dắt họ tu tập. Theo Quán Phật Tam-muội hải kinh (觀佛三昧海經) thì Hóa thân Phật có 3 dạng: (1) Đại Hóa thân thiên trượng (大化身千丈), hóa hiện hảo tướng siêu phàm, cao lớn ngàn trượng để thuyết giảng Chánh pháp cho hàng Bồ Tát, hóa thân này phàm phu không thể nhìn thấy; (2) Tiểu Hóa thân lục trượng (小化身丈六), hóa hiện tướng hảo quang minh (32 hảo tướng, 80 tùy hình) trong hình dạng con người để dẫn dắt hàng Nhị thừa và phàm phu; (3) Tùy loại Bất định Hóa thân (隨類不定化身), hóa hiện vô số hình tướng sai biệt tùy theo căn cơ, nhu cầu, phước nghiệp của chúng sinh để dẫn dắt, hóa độ. Theo đức Đạt-lai Lạt-ma trong sách Opening the Eye of New Awareness (Wisdom Publication, 1999) thì có 3 dạng Hóa thân Phật: (1) Đại Hóa thân (Tạng: mchog gi sprul sku - Anh: Supreme Emanation Body), là hóa thân viên mãn của một vị Phật toàn giác, với đầy

đã thọ Cụ túc giới. Với một người có căn cơ [thích hợp], có khả năng và các điều kiện khác để hành trì theo Tối thượng Du-già Mật thừa, khi những khả năng đó được khơi dậy và biểu hiện, các Sắc thân Phật sẽ hiển lộ trong dạng thức các vị bổn tôn nam và nữ ở dạng hợp nhất.

Với những ai có khả năng vận dụng yếu tố sân hận vào sự tu tập, các vị bổn tôn hiện ra trong dạng thức hung nộ, còn với những ai có khả năng vận dụng yếu tố tham dục là chủ yếu, các vị sẽ hiện ra trong dạng thức từ hòa. Chính trong ý nghĩa này mà có 3 cấp độ tu tập hay hành trì được nêu ra: (1) tu tập [dứt sạch] không [còn] tham dục, (2) hành trì mở rộng, và (3) tu tập hay hành trì Đại Thủ Ấn. Giống

dủ tướng hảo và thị hiện để mang lại lợi lạc cho chúng sinh, như trường hợp đức Phật Thích-ca Mâu-ni đản sinh ở thế giới này; (2) Công xảo Hóa thân (Tạng: bzo bo sprul sku - Anh: Artisan Emanation Body), là hóa thân làm lợi lạc cho chúng sinh qua hình tướng những bậc vĩ nhân tài ba siêu việt, như thầy thuốc, khoa học gia, triết gia... (3) Hóa sinh Hóa thân (Tạng: skye ba sprul sku - Anh: Birth Emanation Body / Incarnated Emanation Body), là hóa thân thị hiện sinh ra như một con người bình thường hoặc thậm chí là loài vật hay bất kỳ loại chúng sinh nào... nhằm mục đích làm lợi lạc cho chúng sinh. Để bổ sung thêm cách hiểu về Đại Hóa thân Phật (Supreme Emanation Body), ngài Geshe Kelsang Gyatso trong tác phẩm Joyful Path of Good Fortune: The Complete Buddhist Path to Enlightenment có dạy rằng: "Đại Hóa thân Phật chỉ được nhìn thấy bởi những ai có nghiệp thanh tịnh." (The Supreme Emanation Body can be seen only by those who have pure karma.) Theo các ý nghĩa như trên, nguyên bản tiếng Anh ở đây dùng Supreme Emanation Body, chúng tôi hiểu như là Đại Hóa thân Phật, hiển lộ trong cảnh giới quán tưởng của hành giả.

như đức Phật Thích-ca Mâu-ni từng là một con người và đã thị hiện như một con người, có những vị bổn tôn trong các phái Mật tông với sự hiển lộ chỉ như một bổn tôn duy nhất. Một vị bổn tôn như là Guhyasamaja (Bí Mật Tập Hội), trong một mạn-đà-la có 32 bổn tôn, là trường hợp của một bổn tôn hiển lộ trong 32 tướng trạng khác nhau. Thật không phải là có 32 vị. Chỉ có một vị duy nhất, và những bổn tôn khác còn lại [trong mạn-đà-la] là những tướng trạng khác của một vị bổn tôn duy nhất đó.

Nếu vận dụng những gì tôi vừa giảng giải trên như một chiếc chìa khóa, quý vị sẽ có thể làm tăng thêm sự nhận hiểu của mình.

Sau khi đã thọ nhận lễ quán đảnh thì điều quan trọng là phải vâng làm và giữ theo các giới nguyện [đã được trao truyền].

Vấn đề tri kiến trong các trường phái Phật giáo Tây Tạng[1]

Khi giải thích về tri kiến, hay quan điểm, thì điều quan trọng là phải hiểu được rằng, giống như khi nói về cảm nhận, luôn có 2 hàm nghĩa là *chủ thể cảm nhận* và đối tượng được cảm nhận; đối với tri kiến cũng vậy, ta có thể nói đến đối tượng của tri kiến và *[chủ thể hay] người có tri kiến.*

Trong Tối thượng Du-già Mật thừa, thuật ngữ "tri kiến" được dùng chủ yếu trong ý nghĩa để chỉ người có tri kiến, tức là *chủ thể tri kiến.* Cho dù không có sự khác biệt về tánh Không của đối tượng tri kiến, nhưng có một sự khác biệt về tâm thức, tức là chủ thể nhận biết tánh Không đó. Chính trong ý nghĩa này mà Đại học giả *Sa-kya*[2] có nói rằng, Kinh điển và Mật điển không khác nhau về tri kiến. Cũng có nhiều phát biểu tương tự như vậy trong [các bản

---

[1] Đề mục này do chúng tôi dựa theo sách The Meaning of Life mà thêm vào để độc giả tiện theo dõi nội dung.

[2] Đại học giả Sa-kya (Sa-kya Pandita), tức Đại sư **Günga Gyaicain** (1182-1251). Ngài thường được biết với danh xưng Sa-kya Pandita, vốn là một danh hiệu để tôn xưng sự uyên bác của ngài. (Pandita là danh hiệu được dùng để chỉ các vị đại học giả cực kỳ uyên bác.) Đương thời ngài nổi tiếng uyên bác, đặc biệt là về Phạn ngữ, không chỉ ở Tây Tạng mà còn trong khắp vùng Mông Cổ, duyên hải Trung Hoa và Ấn Độ. Ngài được xem là một trong 5 vị Tổ khai sáng phái Sa-kya (Tát-ca) tại Tây Tạng.

văn của] phái Ge-lug (Cách-lỗ). Điều được chỉ đến ở đây là đối tượng của tri kiến, tức là tánh Không.

Không có gì khác biệt giữa tánh Không trong Kinh điển và tánh Không trong Mật điển. Tuy nhiên, cũng theo phái Sa-kya thì có 4 tri kiến khác nhau tương ứng với 4 quán đảnh trong Tối thượng Du-già Mật thừa. Tương tự, phái Ge-lug có nói đến tri kiến [hợp nhất] bất khả phân giữa hỷ lạc và trí tuệ. Trong những trường hợp [đề cập đến nhiều tri kiến khác nhau] như thế, điều được chỉ đến [bằng thuật ngữ tri kiến] không phải là đối tượng của tri kiến, mà là *chủ thể tri kiến*: tức là tâm thức đang quán chiếu tánh Không. [Và do vậy mà] ở đây có một sự khác biệt, cho dù không hề có khác biệt khi xét về đối tượng của tri kiến. Trong các phái Ka-gyu (Ca-nhĩ-cư) và Nying-ma (Ninh-mã) cũng thấy nói rằng tri kiến của Mật thừa vượt trội hơn tri kiến của Kinh điển [hiển giáo]. Đó là các phái này đang chỉ đến [sự khác biệt của] một dạng tâm thức đặc biệt, vi tế hơn, đang là chủ thể quán chiếu [đối tượng].

Và trong phái Sa-kya có trình bày một sự hợp nhất bất khả phân giữa luân hồi với Niết-bàn. Phái này cho rằng, hành giả phải giải quyết vấn đề hợp nhất bất khả phân giữa luân hồi và Niết-bàn trong quan hệ với dòng nhân quả tương tục là nền tảng của mọi thứ. Về cách giải thích [điều này], có những khác biệt trong số các học giả Ấn Độ và cũng có những khác biệt nhỏ ngay trong phái Sa-kya, nhưng [nói chung thì khái niệm] *"dòng nhân quả tương tục vốn là nền tảng của mọi thứ này*" đều [được dùng để] chỉ đến thực thể tâm thức. Trong tantra Bí Mật Tập Hội có giảng giải về các hạng đệ tử với khả năng khác biệt. Vượt trội nhất là các đệ tử [được ví như] châu báu. Các vị này có thể được mô tả như là *dòng nhân quả tương tục vốn là nền tảng của mọi thứ.* Ngay trong hệ thống [giáo lý] riêng của phái Sa-kya, *dòng nhân quả tương tục vốn là nền tảng của mọi thứ* này đã được ngài *Mang-to Lhun-drup Gya-tso,*[1] một vị đại học giả, xem như là *tâm quang minh bản sơ.*

Trong một hệ thống [giáo lý] khác của phái Sa-kya, dòng nhân quả tương tục này được xem như tất cả các uẩn, các thành tố bất tịnh... của một con người. Giáo lý này cho rằng, trong dòng nhân quả tương tục vốn là nền tảng của tất cả, mọi pháp trong luân hồi đều [hiện hành hay] hoàn tất trong tính chất cá biệt của chúng. Tất cả các pháp trên đường tu tập đều thành tựu như những công hạnh cao quý. Tất cả các pháp thuộc về quả Phật đều viên mãn trong công năng hoạt dụng.

Về sự đồng đẳng giữa luân hồi và Niết-bàn, trong Kinh văn hiển giáo, theo như ngài Long Thụ giảng giải thì: "Sự hiện hữu của luân hồi và Niết-bàn đều không dựa vào tự tánh sẵn có. Một tâm thức nhận biết được tánh Không - vì không tồn tại dựa vào tự tánh sẵn có - của một mầm cây, so với một tâm thức

---

[1] Tên Tạng ngữ của vị này là Mang-thos Klu-sgrub-rgya-mtsho, sinh năm 1523 và mất năm 1596.

nhận biết tánh Không của một sắc tướng thiêng liêng - cũng vì không tồn tại dựa vào tự tánh sẵn có - là không khác gì nhau. Tương tự, khi hành giả đã nhận hiểu được ý nghĩa sự không tồn tại dựa vào tự tánh sẵn có của luân hồi, và tất cả khổ đau (Khổ đế) cũng như nguyên nhân gây khổ đau (Tập đế) đều đã chấm dứt, thì cái thực tại mà trong ấy cả khổ đau và nguyên nhân gây khổ đau đều đã chấm dứt đó chính là Niết-bàn."[1] Đó là [giải thích theo] Kinh văn hiển giáo. Còn phái Sa-kya thì giải thích về sự đồng đẳng giữa luân hồi và Niết-bàn bằng cách nhận thức rằng các uẩn (danh sắc) bất tịnh và những yếu tố khác vốn cũng hiện hữu tự bản sơ như các uẩn (danh sắc) và các thành tố thanh tịnh... Theo tư tưởng của Đại học giả *Lhun-drup Gya-tso* thì hành giả nhận thức về tất cả các pháp trong luân hồi và Niết-bàn đều như trò ảo hóa, hay chỉ như hình chiếu của tâm quang minh bản sơ. Và như vậy, ở đây chúng ta lại được dẫn đến với *tâm quang minh bản sơ.*

Trong phái Ka-gyu có sự tu tập 4 pháp du-già. Pháp thứ nhất là [*Nhất tâm du-già,* hành trì để đạt đến] nhất tâm. Pháp thứ hai là [*Vô niệm du-già,* hành trì để] dứt sạch mọi vọng khởi khái niệm và phân biệt nhị nguyên. Cả 2 pháp du-già này được cho là tương đồng với [giáo pháp trong] Kinh điển. Trong pháp du-già thứ nhất, hành giả chủ yếu đạt đến một tâm thức an định. Với trạng thái dứt sạch mọi vọng khởi [trong pháp du-già thứ hai], hành giả

---

[1] Theo nội dung Kệ số 7 trong Lục thập tụng như lí luận (六十頌如理論 - Yukti-ṣaṣṭhikā) của ngài Long Thụ.

chủ yếu là đạt đến tuệ giác nội quán đặc biệt, nhận biết tánh Không. Pháp thứ ba là Đồng nhất vị du-già, có thể xem như một loại tuệ giác nội quán đặc biệt nâng cao hay mạnh mẽ hơn, trong đó tất cả các pháp thuộc về luân hồi và Niết-bàn đều chỉ đồng một vị duy nhất của tâm quang minh bản sơ. Điều này lại một lần nữa đưa ta đến với *tâm quang minh bản sơ* và Tối thượng Du-già Mật thừa. Khi đã tiến xa trong pháp tu này, hành giả sẽ đạt đến pháp thứ tư là *Vô thiền Du-già*. Như ngài Long Thụ có nói trong *"Năm giai đoạn tu tập"*,[1] một tác phẩm trình bày về con đường tu tập theo tantra Bí Mật Tập Hội (Guhyasamaja): "Khi hành giả đạt đến giai đoạn hợp nhất, không còn pháp môn mới nào để học." Tư tưởng này không khác gì với pháp *Vô thiền Du-già*.

Chúng ta cần phải phân biệt giữa thức bình phàm với tâm bản sơ,[2] giữa thức bình phàm với tự tâm. Tự tâm hay tâm bản sơ là Pháp thân thường tại, là tâm quang minh bản sơ. Cho dù các hiển tướng là thanh tịnh hay nhiễm ô thì tất cả cũng chỉ giống như những ngọn sóng [trên mặt đại dương] Pháp thân. Chúng hiển lộ không ra ngoài Pháp thân. Điểm cuối cùng này liên hệ đến [giáo lý] Đại Thủ Ấn của phái Ka-gyu.

Và theo phái Ge-lug thì, nếu quý vị hỏi rằng những tri kiến vừa trình bày trên nói chung có phù

---

[1] Tên Phạn ngữ của tác phẩm này là **Pañcakrama**, tên Tạng ngữ là Rim pa lnga pa, bản Anh ngữ dịch là Five Stages.

[2] Tiếng Tạng là sems và sems-nyid.

hợp với quan điểm của Trung quán hay không, câu trả lời là không. Nhưng quý vị có thể nói rằng, chúng phù hợp với quan điểm Trung quán đặc biệt của Tối thượng Du-già Mật thừa, vốn có liên quan đến sự hợp nhất bản nhiên giữa hỷ lạc và tánh Không. Ở cấp độ đó thì những gì chúng ta đang xét không có gì khác biệt nhau. Theo giáo lý của phái Ge-lug, cả trong phần Kinh điển và Mật điển đều có sự nhấn mạnh cực kỳ vào [ý nghĩa] của nhận thức như là đối tượng của sự nhận thức, tức là cái đang được nhận thức, hay tánh Không đang được nhận thức. Tuy nhiên, trong phái Ge-lug cũng có một sự mô tả khác biệt về nhận thức như là chủ thể. Chẳng hạn như nói rằng, tất cả các pháp thanh tịnh và ô nhiễm trong luân hồi và Niết-bàn, vừa là trò ảo hóa của tánh Không (đối tượng), mà cũng vừa được xem như trò ảo hóa của chủ thể, cái tâm thức đang nhận biết, cái tâm bản nhiên của sự hợp nhất bất khả phân giữa hỷ lạc và tánh Không. Như ngài Long Thụ nói trong "Năm giai đoạn tu tập": "Bản thân hành giả du-già an trụ trong thiền định như ảo hóa, và nhận thức về tất cả các pháp cũng theo cách như vậy, nghĩa là như trò ảo hóa của tâm bản sơ này, vốn là sự hợp nhất bất khả phân giữa hỷ lạc và tánh Không."

Còn trong phái Dzog-chen với tri kiến Đại Viên Mãn thì cách giảng giải lại rất khác biệt, nhưng rồi cũng đưa đến cùng một kết quả. Về nguồn tham khảo để nói ra điều này, tôi chủ yếu dựa theo ngài *Dodrup-chen Jig-me Ten-pai Nyi-ma*, một đại học giả cũng như đại hành giả, một Du-già sư siêu việt.

Trong [giáo lý] Đại Viên Mãn, tuy cũng chỉ đến tâm quang minh bản sơ, nhưng từ ngữ được dùng là từ ngữ của tâm thức thông thường. Điều thiết yếu là phải phân biệt giữa [hai danh từ Tây Tạng] *sems* và *rig-pa*, hay giữa thức [bình phàm] và tâm bản sơ. [Trong giáo lý này, "tâm thức bình thường" *(ordinary consciousness)* là danh từ được dùng để chỉ tâm bản sơ *(basic mind)*.]

Trong giáo lý của phái Nying-ma thì Tối thượng Du-già Mật thừa lại được phân chia thành ba cấp độ: Đại Du-già, Vô tỷ Du-già và Vô thượng Du-già.[1] Ngay trong Vô thượng Du-già lại còn được chia thành 3 tầng bậc: Du-già tu tập tâm thức (Tạng ngữ: *sems sde*), Du-già tu tập [tánh Không] quảng đại (Tạng ngữ: *klong sde*) và Du-già tu tập khẩu truyền tinh yếu (Tạng ngữ: *man ngag gi sde*). Như Đại sư Do-drup-chen có dạy: "Tất cả hành giả Tối thượng Du-già Mật thừa, dù thuộc các phái Tân dịch hay Cựu dịch, cũng đều tu tập chỉ với tâm quang minh bản sơ."

Có sự khác biệt là, ở các trường phái khác, trong sự tu tập vào những giai đoạn phát khởi, có nhiều

---

[1] Theo phái Nying-ma thì trong Phật giáo có tất cả 9 thừa, lần lượt kể ra như sau: (1) Thanh văn thừa - 聲聞乘，(2) Duyên giác thừa (hay Độc giác thừa) - 緣覺乘，(3) Bồ Tát thừa - 菩薩乘，(4) Tác Mật thừa - 作密乘，(5) Hành Mật thừa - 行密乘，(6) Du-già Mật thừa - 瑜伽密乘，(7) Đại Du-già Mật thừa - 大瑜伽密乘，(8) Vô tỷ Du-già Mật thừa - 無比瑜伽密乘，(9) Vô thượng (hay Tối thượng) Du-già Mật thừa - 無上瑜伽密乘. - Như vậy, 3 thừa cuối cùng là tương ứng với Tối thượng Du-già Mật thừa của các phái khác.

pháp môn sử dụng đến [tri thức] khái niệm để tiến lên giai đoạn sau này. Trong khi đó, với Đại Toàn Thiện [của phái Nying-ma] thì hành giả ngay từ khởi đầu chỉ dựa theo các khẩu truyền tinh yếu mà không cần đến sự hỗ trợ từ [tri thức] khái niệm, [có nghĩa là giáo pháp này] ngay từ đầu đã đặt sự nhấn mạnh vào tâm bản sơ.

Hành giả đặt sự nhấn mạnh vào tâm bản sơ ngay từ khi bắt đầu tu tập. Vì thế, đây gọi là giáo pháp không cần phải nỗ lực [vận dụng tri thức khái niệm].

Vì trong giáo pháp Đại Toàn Thiện có sự nhấn mạnh cực kỳ vào tâm quang minh bản sơ nền tảng, nên sự trình bày về Nhị đế cũng khác thường. Đây gọi là *Biệt nhị đế*. Có thể tạm diễn đạt điều này rằng, những gì là căn bản và thường tại ban sơ, đó là *chân* đế, còn bất kỳ điều gì liên quan đến những thứ do ngoại duyên sinh khởi, thì đó là *tục đế*. Dựa theo quan điểm này thì tâm quang minh bản sơ hoàn toàn không có gì là *tục đế*, không có gì là các pháp do ngoại duyên sinh khởi, và như vậy nó là một pháp không hàm chứa pháp khác (*tha không tánh*), nghĩa là trống không hết thảy mọi pháp khác.[1] Tuy nhiên, tâm quang minh bản sơ này được cho là có một tự tánh sẵn mang bản chất thanh tịnh, dù vậy vẫn không vượt ngoài tánh Không [trong ý nghĩa không hề có sự] hiện hữu dựa vào tự tánh sẵn có, vốn đã

---

[1] Thuật ngữ Phật học gọi cách biện giải này là *tha không kiến* (他空見), nghĩa là nhìn nhận tánh Không của một pháp vì nó không hàm chứa bất kỳ pháp nào khác.

được [đức Phật] nêu ra trong lần chuyển pháp luân thứ hai.

Vì *tha không tánh* như trên được đề ra trong ý nghĩa tương hợp với tánh Không [trong ý nghĩa không hề có sự] hiện hữu dựa vào tự tánh sẵn có của lần chuyển pháp luân thứ hai, như trong giáo lý Trung quán, nên một số học giả gọi đây là *chánh tha không kiến*. Trong khi đó, lại có một cách giảng về tánh Phật, hoặc có lẽ là tâm quang minh bản sơ, mà trong đó người ta đã xem nhẹ giáo pháp của lần chuyển pháp luân thứ hai và chủ trương rằng tâm quang minh bản sơ quả thật có tồn tại dựa vào tự tánh sẵn có. Cách hiểu như vậy được gọi là *ngụy tha không kiến*.[1] Nhiều học giả của tất cả các trường phái Phật giáo Tây tạng như các phái Nying-ma, Ka-gyu, Sa-kya, Ge-lug đều đã đặc biệt bác bỏ cách diễn giải về một chân lý rốt ráo mà tự bản thân nó lại tồn tại dựa vào tự tánh sẵn có. Các vị cũng bác bỏ cách diễn giải xem nhẹ tánh Không [trong ý nghĩa không hề có sự] hiện hữu dựa vào tự tánh sẵn có, như được giảng dạy trong hệ thống [giáo lý] Trung quán, xem phần [giáo lý Trung quán] này như một giáo pháp thấp hơn và gọi đó là một tự thể Không đáng khinh thường. Cách diễn giảng giáo pháp như vậy là không thích hợp [cho sự tu tập].

---

[1] Cách giảng giải về *tha không kiến* bắt đầu từ khoảng đầu thế kỷ 12, nhưng chỉ khá phổ biến vào đầu thế kỷ 14 với sự phát triển của học phái Jonang, hay Tước-nam phái (爵南派), là một phái nhỏ vốn thuộc về phái Kadam.

Giáo pháp khẩu truyền từ Đại sư *Dzong-sar Khyentze Cho-kyi Lo-dro*[1] dạy rằng, những cách trình bày trong hệ thống giáo lý của phái Nying-ma bao gồm nhiều cấp độ trên con đường tu tập[2] là dựa theo quan kiến của một vị Phật. Trong khi đó, sự trình bày con đường tu tập của hệ thống giáo lý Sa-kya lại chủ yếu dựa trên kinh nghiệm tâm linh của một hành giả du-già trên đường tu tập. Còn cách trình bày trong hệ thống giáo lý phái Ge-lug lại chủ yếu là từ góc nhìn của một chúng sinh bình phàm. Việc xem xét [những khía cạnh khác biệt] này là quan trọng, vì nó có thể giúp quý vị tránh được rất nhiều sự nhận hiểu sai lầm. Trong các tác phẩm của mình, Đại sư Tông-khách-ba đã nêu lên nhiều nghi tình, rồi khảo xét và xóa bỏ những nghi tình đó theo phương cách nhận thức của một vị Phật. Ngài đã đưa ra rất nhiều phân tích về cách thức một vị Phật nhận thức như thế nào về tất cả các pháp sai biệt, được phân tách như là [các pháp] thanh tịnh và [các pháp] không thanh tịnh.

Trên con đường tu tập, để gieo cấy một chủng tử nhấn mạnh vào cả [hai yếu tố] *khí* và *tâm* trong phương thức thành tựu quả Phật, hành giả phát triển một huyễn thân thanh tịnh cùng với tâm quang

---

[1] Đại sư viên tịch vào năm 1959.

[2] Ở đây chỉ đến 3 cấp độ trên đường tu tập, bao gồm: *căn* (nền tảng tu tập), *đạo* (phương pháp tu tập) và *quả* (thành tựu quả vị). Giáo lý "căn-đạo-quả" này được truyền dạy từ Đại sư Longchen-rap-jam (1308-1363).

minh [bản sơ].[1] Và trước đây tôi có nói đến một hệ thống giáo lý chỉ nhấn mạnh vào tâm thức. Trong hệ thống giáo lý Thời Luân (Kalachakra), sự thành tựu quả Phật tùy thuộc vào việc đạt đến sự hợp nhất của một thân vốn không hình sắc và hỷ lạc bất biến.[2] Và còn một phương thức thứ ba nữa, [thành tựu là] một thân cầu vồng, vốn là phương thức độc đáo thuộc về tiến trình tu tập theo các tantra mẹ. Trong hệ thống giáo lý Đại Viên Mãn của phái Nying-ma, tùy thuộc vào sự kết thúc 4 [cấp độ] trình hiện mà tất cả các yếu tố thô trược của thân thể hành giả được tiêu trừ, rất giống như trong hệ thống [các tantra mẹ, hành giả] đạt đến quả Phật bằng phương tiện đại chuyển di của một thân cầu vồng.

---

[1] Phương thức thứ nhất để thành tựu quả Phật, nhấn mạnh vào cả 2 yếu tố khí và tâm, kết quả đạt được là thân thanh tịnh và tâm thanh tịnh.

[2] Phương thức thứ hai để thành tựu Phật quả, chỉ nhấn mạnh vào tâm thức, vì thế thành quả tu tập là thân không hình sắc và hỷ lạc bất biến, đều do tu tập tâm thức.

MỤC LỤC

Lời thưa

Trong kinh Pháp Cú, đức Phật dạy rằng: "Pháp thí thắng mọi thí." Thực hành Pháp thí là chia sẻ, truyền rộng lời Phật dạy đến với mọi người. Mỗi người Phật tử đều có thể tùy theo khả năng để thực hành Pháp thí bằng những cách thức như sau:

1. Cố gắng học hiểu và thực hành những lời Phật dạy. Tự mình học hiểu càng sâu rộng thì việc chia sẻ, bố thí Pháp càng có hiệu quả lớn lao hơn. Nên nhớ rằng **việc đọc sách còn quan trọng hơn cả việc mua sách.**

2. Phải trân quý kinh điển, sách vở in ấn lời Phật dạy. Khi có điều kiện thì mua, thỉnh về nhà để tự mình và người trong gia đình đều có điều kiện học hỏi làm theo. Không nên giữ làm của riêng mà phải sẵn lòng chia sẻ, truyền rộng, khuyến khích nhiều người khác cùng đọc và học theo. Không nên để kinh sách nằm yên đóng bụi trên kệ sách, vì **kinh sách không có người đọc thì không thể mang lại lợi ích.**

3. Tùy theo khả năng mà đóng góp tài vật, công sức để hỗ trợ cho những người làm công việc biên soạn, dịch thuật, in ấn, lưu hành kinh sách, **để ngày càng có thêm nhiều kinh sách quý được in ấn, lưu hành.**

Thông thường, việc chi tiêu một số tiền nhỏ không thể mang lại lợi ích lớn, nhưng nếu sử dụng vào việc giúp lưu hành kinh sách thì lợi ích sẽ lớn lao không thể suy lường. Đó là vì đã giúp cho nhiều người có thể hiểu và làm theo lời Phật dạy. Mong sao quý Phật tử khắp nơi đều lưu tâm đóng góp sức mình vào những việc như trên.

TINH YẾU THỰC HÀNH PHÁP THÍ

- *Mua thỉnh kinh sách về đọc, tự mình sẽ được rất nhiều lợi ích.*

- *Chia sẻ, truyền rộng bằng cách cho mượn, biếu tặng kinh sách đến nhiều người thì lợi ích ấy càng tăng thêm gấp nhiều lần.*

- *Đóng góp công sức, tài vật để hỗ trợ công việc biên soạn, dịch thuật, giảng giải, in ấn, lưu hành kinh sách thì công đức lớn lao không thể suy lường, vì có vô số người sẽ được lợi ích từ việc lưu hành kinh sách.*